베트남어
관광통역안내사
면접 필수 학습서

S 시원스쿨닷컴

초판 2쇄 발행 2019년 10월 4일

펴낸이 양홍걸 이시원
펴낸곳 ㈜에스제이더블유인터내셔널

저자 송유리
기획총괄 마은선
기획편집 시원스쿨 아시아어 컨텐츠팀

출판총괄 조순정
디자인 김현철 강민정 차혜린 김보경 이상현
마케팅 장혜원 이윤재 이성원 위가을
제작·지원 김석성 양수지

임프린트 시원스쿨
홈페이지 vietnam.siwonschool.com
주소 서울시 영등포구 국회대로74길 12 남중빌딩 시원스쿨
도서문의 안내
대량구입문의 02)2014-8151 **팩스** 02)783-5528
기타문의 02)6409-0878
등록번호 2010년 10월 21일 제 321-2010-0000219

이 책을 펴내며,

안녕하세요, 이 책의 저자이자 '한국관광통역안내사협회(KOTGA)'에서 베트남어 관광통역안내사 면접 대비반을 맡고 있는 강사 '송유리'입니다. 3~4년 전, 베트남어 관광통역안내사 면접반을 처음 맡았을 때만 해도, '베트남어 관광통역안내사'에 관심을 갖던 분이 많지 않았던 것으로 기억합니다. 그러나 해가 갈수록 방한하는 베트남 관광객 수의 급격한 증가에 따라, 관광통역분야에서 베트남이라는 나라가 '핫한 키워드'로 떠올랐습니다. 덕분에, 베트남어를 배우고자 하는 사람이 많아졌고, 전문적으로 베트남어 관광통역안내사를 준비하는 사람도 눈에 띄게 증가하였습니다.

하지만 대부분 베트남어 관광통역안내사가 되겠다고 결심하셨을 때, '그런데 준비는 어떻게, 얼마만큼 해야 하는 거지?'라는 의문을 가지셨을거라 생각합니다. '아무리 찾아봐도 베트남어 FLEX 자료도 별로 없고, 설령 FLEX는 붙었다 하더라도, 2차 면접은 더욱 더 어떻게 준비해야 될지…', 정보와 학습자료의 부재로 어려움을 겪으셨을 겁니다. 그래서 '베트남어 관광통역안내사 면접 대비'책을 처음 선보입니다. 이 책은 '베트남어 관광통역안내사'의 길을 앞서 간 여러분의 선배들과 한국관광통역안내사협회(KOTGA)의 도움으로 3년이라는 긴 시간 동안 누적된 노하우와 지식이 모여 완성되었습니다.

처음 '베트남어 관광통역안내사'라는 직업을 접했을 때, 저는 이 업이 얼마나 훌륭한 일이고, 자부심을 가질 만한 일인지 몰랐습니다. 하지만 지금은 압니다. 이는 베트남어만 잘한다고 할 수 있는 일도 아니고, 지식만 있다고 할 수 있는 일도 아닙니다. 관광통역안내사는 '한국의 역사, 문화, 자원 등을 외국어로 설명하고 대한민국의 아름다움을 세계에 알리는 홍보대사'이기 때문입니다. 그런 일을 할 수 있는 여러분은 선택받은 사람입니다. 여러분이 더욱 더 자부심을 갖고 '우리나라를 알리는 사람'이 되길 바랍니다. 여기까지 오시느라 고생하신 응시자분들로 하여금 이 책이 2차 면접을 조금이라도 더 수월하게 준비할 수 있게 등대 역할을 하길 바라며, 마지막으로 관통사를 준비하는 모든 분들께 아래의 글을 바칩니다.

헬렌 켈러가 더 빛날 수 있었던 것은
삼중고를 극복하고 더 중요한 것을 보여주었기 때문입니다.
이순신 장군이 더 빛날 수 있었던 것은
12척으로 더 많은 300척의 적을 이겼기 때문입니다.
베토벤이 더 빛날 수 있었던 것은
청각장애를 극복하고 멋진 곡을 만들었기 때문입니다.

그리고 당신이 빛날 수 있는 것은
아무도 당신이 해내지 못할 거라 장담한 일을 당신이 해냈기 때문입니다.

그 누구보다 앞장서, 한국의 아름다움을 세계에 알리겠다고 결심해 주셔서 감사합니다.
여러분이 선택한 그 길을 응원하며, 여러분을 생각하며 이 책을 엮었습니다.

- 송유리 -

이 책의 특징

❶ 답안을 읽어보자

Vâng ạ, em xin tự giới thiệu.

Em tên là Minji và tên tiếng Việt của em là Thảo.

Em là người rất hoạt bát và thân thiện, nhiệt tình, cởi mở, thích nói.

Ngoài ra, sở thích của em là đi du lịch. Khi đi du lịch, em luôn cảm thấy dễ chịu, giảm căng thẳng, rất hứng thú, vì đó là việc đến một nơi tôi khi đến, một nơi mới mẻ.

Với cá tính và sở thích của em, em nghĩ việc hướng dẫn du lịch rất rất thích hợp với em.

Trong đó, em muốn trở thành hướng dẫn viên du lịch tiếng Việt.

Em đã từng sống ở Việt Nam khoảng 1 năm và lúc đó em gặp khó khăn, các bạn Việt Nam đã giúp em. Em đã rất cảm động và không thể quên tấm lòng của các bạn Việt Nam.

Từ đó, em quyết tâm trở thành hướng dẫn viên du lịch Tiếng Việt.

Theo em, hạnh phúc không phải là gì lớn lao và đặc biệt, là việc nhỏ bé.

Chúng ta thường cảm thấy hạnh phúc khi tạo kỷ ức, ký niệm tốt đẹp trong chuyến du lịch.

Em muốn tạo niềm vui, niềm hạnh phúc cho khách du lịch Việt Nam đến Hàn Quốc, em muốn họ sẽ được hạnh phúc hơn. Em xin cảm ơn các thầy/cô.

❷ 뜻을 살펴보자

네, 스스로를 소개하겠습니다.

제 이름은 민지이고 베트남어 이름은 타오입니다. 저는 활발하고 친절하며, 열정적이고, 오픈 마인드이, 말하기를 좋아합니다.

그밖에, 제 취미는 여행하는 것입니다. 여행을 다닐 때, 저는 항상 편안하다고 느끼고, 스트레스가 풀리고, 재밌는데요, 이는 새로운 곳, 거의 가본 적이 없는 곳을 방문하는 일이라서 그런 것 같아요.

저의 성격과 취미를 봤을 때, 관광통역안내사가 저랑 굉장히 잘 맞지 않을까 싶습니다.

그중에, 저는 베트남어 관광통역안내사가 되고 싶습니다.

저는 베트남에서 약 1년을 산 적이 있습니다. 그리고 그때 어려움을 겪었는데, 베트남 친구들이 저를 도와주었습니다. 저는 굉장히 감동하였고 베트남 친구들의 마음을 잊을 수 없었습니다. 그때부터, 베트남어 관광통역안내사가 되기로 결심하였습니다.

제 생각에, 행복은 무언가 특별하고 큰 것이 아닙니다. 아주 작은 것입니다.

우리는 보통 여행에서 아름다운 추억, 기억들을 만들 때 행복하다고 느낍니다. 저는 한국을 방문하는 베트남 관광객을 위해 행복과 기쁨을 만들어드리고 싶습니다. 저는 그들이 더 행복했으면 합니다. 감사합니다.

❸ 핵심 키워드만 보고 말해보자

한국어와 베트남어 내용을 모두 숙지했다면 이번에는 키워드만 보고 말하는 연습을 해보세요.

tên, tính cách, ưu điểm, sở thích, lý do muốn trở thành hướng dẫn viên du lịch tiếng Việt, những chuẩn bị để trở thành hướng dẫn viên, kết luận

❹ 이것도 고민해보자

Q Tại sao em muốn trở thành hướng dẫn viên du lịch tiếng Việt? Lý do em muốn lấy được bằng hướng dẫn viên là gì?

Em muốn làm hướng dẫn viên để kiếm tiền hay có lý do khác?

왜 베트남어 관광통역안내사가 되고 싶습니까? 관광통역안내사 자격증을 따고 싶은 이유가 뭔가요?

관광통역안내사가 되고 싶은 것이 돈을 벌고 싶어서 입니까? 아니면 다른 이유가 있습니까?

A Em nghĩ đương nhiên ai cũng muốn kiếm tiền để sinh sống. Nhưng mà đối với em, tiền bạc không phải là trên hết. Em muốn làm việc mà mình thích hơn tiền. Em muốn truyền đạt về đẹp của Hàn Quốc cho người nước ngoài, nhất là người Việt Nam. Em sẽ cố hết sức để trở thành một hướng dẫn viên du lịch tài giỏi.

제 생각에 당연히 누구나 살기 위해 돈을 벌고자 합니다. 하지만 저에게 있어서, 돈은 최우선이 아닙니다. 저는 외국인에게, 특히 베트남 사람에게 한국의 아름다움을 전하고 싶습니다. 저는 훌륭한 관광통역안내사가 되기 위해 최선을 다할 것입니다.

---

1 답안을 읽어보자

모범답안을 통해 '어떤 식의 답'을 할 수 있을지 생각하며 읽어보세요. 이 때, 계속해서 소리내어 읽는 것이 중요하며, 특히나 잘 안 읽히는 부분은 체크해놓고 더 연습해주세요. 또한, 모범답안을 있는 그대로 외우려고 하기 보다는, 자신이 자주 쓰는 어휘 등으로 바꾸어 말하는 것이 좋습니다.

2 뜻을 살펴보자

한국어로는 어떤 뜻인지 살펴주세요. 한국어로 답을 갖고 있지 않다면 베트남어로 대답을 하지 못해요. 그러니 뜻을 살피면서 핵심답변을 정리 및 숙지해주세요. 특히 와닿지 않는 단어나 표현이 있다면 꼭 따로 정리해서 외워주세요.

3 핵심 키워드만 보고 말해보자

한국어와 베트남어로 모두 숙지하였다면, 이번에는 핵심 키워드만 보고 말하기 연습을 해주세요. 문장 자체를 외우기 보다는 이렇게 키워드를 보고 자신의 표현 방식으로 말하는 것이 실전에 훨씬 도움이 돼요.

4 이것도 고민해보자

추가로 나올 수 있는 문제에 대해서도 고민해봐요. 면접 때 각각 다른 주제들이 출제될 수도 있지만, 하나의 주제에 대해 2~3개의 꼬리식 질문이 나올 수도 있어요. 너무 예상치도 못한 꼬리식 질문이 나올 경우 당황하지 말고 '응급키트'를 잘 활용해주세요.

"50일 만에 끝내는" 학·습·플·랜

1일차	2일차	3일차	4일차	5일차
1장 01-05	**1장** 06-10	**1장** 11-15	**1장** 16-20	**1장** 21-25
6일차	7일차	8일차	9일차	10일차
1장 26-30	**1장** 31-35	**1장** 36-40	**1장** 41-45	**1장** 46-50
11일차	12일차	13일차	14일차	15일차
★ **1장 복습**	**2장** 01	**2장** 01	**2장** 01	**2장** 02
16일차	17일차	18일차	19일차	20일차
2장 02	**2장** 02	**2장** 03	**2장** 03	**2장** 03
21일차	22일차	23일차	24일차	25일차
2장 03-04	★ **2장 복습**	**3장** 01-05	**3장** 06-10	**3장** 11-15
26일차	27일차	28일차	29일차	30일차
3장 16-20	**3장** 21-25	**3장** 26-30	**3장** 31-35	**3장** 36-40
31일차	32일차	33일차	34일차	35일차
3장 41-45	**3장** 46-50	**3장** 51-54	★ **3장 복습**	**4장** 01-05
36일차	37일차	38일차	39일차	40일차
4장 06-10	**4장** 11-15	**4장** 16-20	**4장** 21-26	★ **4장 복습**
41일차	42일차	43일차	44일차	45일차
5장 01-05	**5장** 06-10	**5장** 11-15	**5장** 16-21	**5장** 22-27
46일차	47일차	48일차	49일차	50일차
★ **5장 복습**	**6장** 01-05	**6장** 06-10	**6장** 11-15	★ **6장 복습**

관광통역안내사란?

국내를 여행하는 외국인에게 외국어를 사용하여 관광지 및 관광대상물을 설명하거나 여행을 안내하는 등 여행의 편의를 제공하는 자를 말합니다. 이들이 제공하는 서비스의 질에 따라 관광산업의 진흥과 육성이 막대한 영향을 받게 되므로 관광산업에 있어 중추적 역할을 수행하는 주요한 유망직종이라 할 수 있습니다.

* 자격시험에 대한 정보는 시행처 사정에 따라 변경될 수 있으므로 수험생 분들은 반드시 응시하려는 해당 회차 시험공고를 확인하시기 바랍니다.

관광통역안내사 2차 면접시험 안내

● **시행처**
  ╱ **주관** 문화체육관광부
  ╱ **시행** 한국산업인력공단

● **접수방법**
  ╱ Q-Net(http://q-net.or.kr) 관광통역안내사 홈페이지에서 접수
  ╱ 최근 6개월 이내에 촬영한 본인의 상반신 사진을 그림파일(jpg)로 첨부하여 인터넷 회원가입 후 원서접수
  ╱ 원서접수 마감시까지 접수 완료 및 응시수수료를 결제 완료하고 수험표를 출력해야 함

  * 면접시험만 응시하는 수험자(필기면제자)도 필기시험과 동일한 접수기간 내에 원서접수(결제완료)하여야 시험 응시 가능합니다.
  * 인터넷 활용이 어려울 경우 가까운 한국산업인력공단 지부나 지사 내방 시 원서접수 도우미 지원을 받을 수 있습니다.

● **시험방법 및 시간**
  ╱ 구술면접(외국어/한국어)
  ╱ 1인당 10~15분 내외

● **평가사항**
  ╱ **[관광진흥법 시행규칙] 제45조 제1항에 의한 평가사항**
    -국가관, 사명감 등 정신자세
    -전문지식과 응용능력
    -예의, 품행 및 성실성
    -의사발표의 정확성과 논리성

● 합격자 결정기준

╱ 면접시험 총점의 6할 이상 (전 면접위원 평균 60점 이상 득점한 자)

● 합격자 발표

╱ Q-Net(http://q-net.or.kr) 관광통역안내사 홈페이지(60일간, 무료)

╱ ARS 1666-0100(4일간, 유료)

● 자격증 발급기관

╱ **발급기관** 한국관광공사 관광아카데미

╱ **신청방법** 온라인 접수(합격자 발표 시 별도 공지)

* 시험에 최종합격한 경우 반드시 합격자 발표일로부터 60일 이내에 발급기관에 자격증을 신청하여야 합니다.
기간 내 미신청 시 자격증 발급이 불가하니 이 점 유의하시기 바랍니다.

기타 사항

● 언어권별 자격취득 현황

연도	영어	일어	중국어	불어	독어	스페인어	러시아	말/인	베트남어	태국어	아랍어	이태리어	합계
2018	512	208	416	7	4	6	10	42	30	13	3	-	1,251
2018	529	186	739	7	1	4	8	83	22	28	3	-	1,610
2016	464	153	1,418	6	3	3	6	66	5	15	4	2	2,145
2015	344	137	1,963	7	3	4	5	35	5	17	2	-	2,522
2014	379	266	2,468	3	1	4	6	21	15	35	-	-	3,198

● 면접시험 수험자 유의사항

❶ 수험자별 면접시험 세부 일정 및 장소는 필기시험 합격자 발표 후 Q-Net 관광통역안내사 홈페이지
(http://www.q-net.or.kr/site/interpreter)에 공고하오니 시험 응시에 착오 없으시기 바랍니다.

❷ 수험자는 일시와 장소 및 입실 시간을 정확하게 확인 후 신분증과 수험표를 소지하고 시험 당일 입실 시간까
지 해당 시험장 수험자 대기실에 입실하여야 합니다. 입실 시간 이후에는 시험 응시가 불가하므로 시간 내
도착하여야 합니다.

❸ 소속회사 근무복, 군복, 교복 등 제복(유니폼)을 착용하고 시험장에 입실할 수 없습니다.
(특정인임을 알 수 있는 모든 의복 포함)

* 자세한 수험자 유의사항 정보는 응시하려는 해당 회차 시험공고를 확인하시기 바랍니다.

면접에서 주의해야 할 점

(겸손) (예의) (자신감) (순발력) (전략)

● **단정하고 신뢰감을 주는 면접 복장**

가능하면 단정하게 정장을 입어, 신뢰감을 높이자. 너무 튀는 색상보다는 차분한 톤의 색상을 입는 것이 좋다. 여자 응시자는 단정하게 머리를 묶고, 남자 응시자는 이마가 보이도록 스타일링을 하는 것도 좋다.

● **면접시간 전에 도착하기**

아무리 대중교통을 이용한다고 해도, 갑작스런 연착이 생기기 마련이다. 가능하면 면접시간 40~60분 전에 도착하는 것이 좋으며, 지각 상황에 대한 변명은 하지 않는 것이 좋다.

● **준비된 대기실에 착석하여 기다리기**

지켜보는 이가 없더라도 경거망동한 행동은 하지 않는 것이 좋다. 마음을 잡고 준비한 것을 조용히 잘 정리하면서, 일러주는 주의사항 및 순번을 잘 들어 둔다.

● **면접실 입실하기**

본인 차례가 되어서 호명하면 "예" 하고 또렷히 대답하고 들어간다. 문이 닫혀 있을 때는 무작정 들어가기보다는, 상대에게 소리가 들릴 수 있도록 노크를 하는 것이 센스있는 행동이다. 대답을 듣고 나서 들어가고, 문은 조용히 열고 닫으며 공손한 자세로 인사를 한다. 면접관의 지시에 따라 착석하며, "감사합니다"라는 말을 꼭 하자.

● **착석하기**

의자 깊숙이 엉덩이를 들여 앉는다. 여자는 무릎을 붙이고, 남자는 약간 벌려 11자를 만들어 앉는다. 양손은 배꼽 혹은 무릎 위에 가지런히 올려 어색하지 않게 한다. 허리는 꼿꼿이 펴고, 상체는 아주 약간 앞 쪽(면접관)을 향한다.

● **면접의 승패를 가르는 첫 인상 남기기**

면접 시간이 다소 짧기 때문에, 첫 인상이 면접 결과를 결정짓는 중요한 요소가 된다. 첫 인상은 외적 요소가 많은 부분을 차지하므로 차분하고 단정한 인상을 남겨야 한다. 단정한 옷차림과 말투로 자신의 개성을 드러내면서 좋은 인상을 줄 수 있도록 한다.

● **첫 대답은 가급적이면 베트남어로 하자**

보통 면접의 첫 질문으로는, 응시자의 긴장을 풀어 주기 위한 목적으로 일상적인 질문을 한다. 이 때, 가급적이면 베트남어로 대답하자. 첫 대답은 차분하고 예의 있는 톤으로 대답하자.

생기발랄하고 자신감 있는 태도 유지하기

면접을 보는 동안 침착하면서도 밝은 표정으로 예의를 지키는 것이 좋다. 난이도 있는 질문을 받더라도 당황하지 않고 당당하게 자신감을 보이며 대답하는 것이 좋다. 질문에 대한 답은 두괄식으로 논리에 맞게 한다. 내용이 약하더라도 당당하게 이야기하는 것이 좋으며, 본인이 준비한 '하고 싶은 말'을 다 하지 못하면 후회하므로 이를 분명하게 전달한다.

한국어와 베트남어 질문에 대한 대답을 나눠서 준비하자

한국어 면접관이 하는 질문에 대한 대답과, 베트남어 면접관이 하는 질문에 대한 대답을 나눠서 준비하자. 한국어 대답을 할 때에는, 보다 전문적으로 대답할 필요가 있다. 베트남어 대답을 할 때에는, 쉬운 표현으로 팩트만 간단명료하게 대답하자.

면접 진행 시 침착하고 자신감 있는 태도 유지하기

모르는 질문에 대하여 너무 의기소침하거나 안절부절 못하는 태도는 버리자. 모를 경우에는 그와 유사한 대답으로 당당하게 답변한다. 모른다고 해서 아예 대답하지 않는 것보다 훨씬 좋은 방법이다. 전혀 모르는 것은 얼버무리지 말고 "모르겠습니다."라고 대답한다. 잘못 들은 경우에는 당당하게 "죄송하지만 다시 한번 말씀해 주시겠습니까?"라고 말한다. 모든 행동에 여유를 가지고 자신감 있는 태도로 임한다. (뒷장에 있는 응급키트 참고)

과장과 거짓 자제하기

질문 사항에 대한 과장이나 거짓은 금물이다. 사족을 달거나 수다를 떠는 것도 피해야 한다. 늘어지는 설명보다 똑 부러지게 결론을 말하고 뒤에 부가 설명을 하는 형태로 면접을 이끌어 나간다.

외워왔다고 생각되게 만드는 암기식 답변 방법은 피하기

책에 정리된 내용을 그대로 암기하듯이 하는 기계적인 답변은 피한다. 그대로 외웠다는 느낌보다는, 자연스럽게 설명하듯이 말한다.

솔직하고 간단명료하게 답변하기

모르는 것은 큰 문제가 아니지만 모르면서 아는 체하는 것은 뒤에 화를 불러올 수 있다. 너무 어려운 표현보다는, 쉬운 표현으로 간단명료하게 대답하여 면접관을 이해하도록 하는 것이 좋다.

잘못된 습관과 버릇 주의하기

대답할 때 천장 혹은 바닥을 보거나 너무 불안해하고 다리를 떠는 등의 버릇이 나오지 않도록 주의해야 한다. 또한, 긴장해서 너무 빠르게 말하거나 더듬지 않도록 주의한다.

마지막까지 최선을 다하자

부담스러운 질문이나 힘든 질문을 받게 되더라도 재치 있게 맞받아치자. 면접관이 일부러 어려운 질문을 던져도 최대한 미소를 잃지 않고, 적절한 대답을 하는 것이 좋다. 면접 중 실수를 하더라도 충분히 만회할 기회가 있으므로 면접 중에 포기는 금물이다. 마지막 발언의 기회가 주어지면, 넘기지 말고 자신의 열정과 의지를 보여야 한다. 퇴장할 때 "감사합니다"라는 말과 정중한 인사는 꼭 하고 나온다.

면접에서 주의해야 할 점

본인의 의견을 말할 때	
제 생각에	**Em nghĩ**
제가 느끼기에	**Em thấy**
저에 따르면	**Theo em**
저에게 있어서	**Đối với em**

문제를 이해하지 못했을 때	
다시 말씀해 주실 수 있나요? 천천히 다시 말씀해 주실 수 있나요?	**Thầy/Cô nói lại cho em, được không ạ?** **Thầy/Cô nói lại từ từ cho em, được không ạ?**
죄송하지만, 잠시만 시간을 주실 수 있나요?	**Xin lỗi thầy/cô, cho em suy nghĩ một chút, được không ạ?**
죄송하지만, 이해가 안되었습니다.	**Xin lỗi thầy/cô, em không hiểu.**

대답이 생각나지 않을 때	
준비했는데 긴장되어서 기억이 안 나요.	**Em học rồi mà hồi hộp quá nên không nhớ gì cả.**
베트남어로 어떻게 대답해야 할지 모르겠어요.	**Em không biết phải trả lời thế nào bằng tiếng Việt.**
대신 다른 것에 대해 얘기해도 될까요?	**Thay vào đó, em có thể nói cái khác được không thầy/cô?**
선생님 ~에 대해 말하고 싶은데, 괜찮을까요?	**Thầy/cô ơi, em muốn nói về _____ mà được không ạ?**
죄송한데, 그것에 대해 생각해본 적이 없어요.	**Xin lỗi thầy/cô, em chưa bao giờ nghĩ đến.**
하지만, 면접 이후에 꼭 알아보겠습니다.	**Nhưng sau này, em sẽ tham khảo thêm.**

기타 유용한 표현들	
죄송한데, 다시 말하겠습니다.	**Xin lỗi thầy/cô, em xin nói lại.**
지금 너무 긴장돼요.	**Bây giờ em thấy hồi hộp quá.**
만약 기회가 된다면, 꼭 ~하겠습니다.	**Nếu có dịp, em nhất định sẽ _____.**
잘 모르겠지만, 듣기로는 ~	**Em không biết rõ nhưng nghe nói _____.**
가본 적은 없지만, 듣기로는 ~	**Em chưa bao giờ đi nhưng nghe nói _____.**
예를 들어	**Ví dụ như / Chẳng hạn như**
(것)마다 다르다 사람마다 다르다 (일)마다 다르다	**Mỗi cái mỗi khác** **Mỗi người mỗi khác** **Mỗi việc mỗi khác**
선생님, ~이(가) 무엇인가요?	**Thầy/Cô ơi, _____ là gì vậy?**

목차

제 4 장 한국의 무형 관광자원 및 전통문화

제1장

개인 신상과 자질 및 이슈

01 자기소개를 해보세요.

> Anh/Chị có thể giới thiệu một chút về mình không?
> Anh/Chị hãy tự giới thiệu.
> Anh/Chị nói một chút về bản thân cho thầy/cô nhé.

TIP 1. 자기소개에는 꼭 '베트남어 관광통역안내사가 되고 싶은 이유'가 포함되어야 하며, '한국 전통 문화를 소개해주고
싶어서'와 같은 이유뿐만 아니라, '왜 많은 언어 중에 베트남어'인지 정확한 이유를 말씀해주시는 것이 좋습니다.

2. 남/녀 면접관이 모두 있을 경우 'thầy cô'라고 지칭, 남자 선생님만 있을 경우는 'các thầy'라고 지칭,
여자 선생님만 있을 경우는 'các cô'라고 지칭해야 합니다.

① 답안을 읽어보자

Vâng ạ, em xin tự giới thiệu.
Em tên là Minji và tên tiếng Việt của em là Thảo.
Em là người rất hoạt bát và thân thiện, nhiệt tình, cởi mở, thích nói.
Ngoài ra, sở thích của em là đi du lịch. Khi đi du lịch, em luôn cảm thấy dễ chịu, giảm căng
thẳng, rất hứng thú, vì đó là việc đến một nơi ít khi đến, một nơi mới mẻ.
Với cá tính và sở thích của em, em nghĩ việc hướng dẫn du lịch rất rất thích hợp với em.
Trong đó, em muốn trở thành hướng dẫn viên du lịch tiếng Việt.
Em đã từng sống ở Việt Nam khoảng 1 năm và lúc đó khi em gặp khó khăn, các bạn Việt
Nam đã giúp em. Em đã rất cảm động và không thể quên tấm lòng của các bạn Việt Nam.
Từ đó, em quyết tâm trở thành hướng dẫn viên du lịch Tiếng Việt.
Theo em, hạnh phúc không phải là gì lớn lao và đặc biệt, là việc nhỏ bé.
Chúng ta thường cảm thấy hạnh phúc khi tạo ký ức, kỷ niệm tốt đẹp trong chuyến du lịch.
Em muốn tạo niềm vui, niềm hạnh phúc cho khách du lịch Việt Nam đến Hàn Quốc,
em muốn họ sẽ được hạnh phúc hơn. Em xin cảm ơn các thầy/cô.

② 뜻을 살펴보자

네, 스스로를 소개하겠습니다.
제 이름은 민지이고 베트남어 이름은 타오입니다. 저는 활발하고 친절하며, 열정적이고, 오픈 마인드에, 말하기를 좋아합니다.
그밖에, 제 취미는 여행하는 것입니다. 여행을 다닐 때, 저는 항상 편안하다고 느끼고, 스트레스가 풀리고, 재밌는데요, 이는 새로운 곳, 거의
가본 적이 없는 곳을 방문하는 일이라 그런 것 같아요.
저의 성격과 취미를 봤을 때, 관광통역안내사 일이 저랑 굉장히 잘 맞지 않을까 싶습니다.
그중에, 저는 베트남어 관광통역안내사가 되고 싶습니다.
저는 베트남에서 약 1년을 산 적이 있습니다, 그리고 그때 어려움을 겪었는데, 베트남 친구들이 저를 도와주었습니다. 저는 굉장히 감동하였
고 베트남 친구들의 마음을 잊을 수 없었습니다. 그때부터, 베트남어 관광통역안내사가 되기로 결심하였습니다.
제 생각에, 행복은 무언가 특별하고 큰 것이 아닙니다, 아주 작은 것입니다.
우리는 보통 여행에서 아름다운 추억, 기억들을 만들 때 행복하다고 느낍니다. 저는 한국을 방문하는 베트남 관광객을 위해 행복과 기쁨을 만
들어드리고 싶습니다. 저는 그들이 더 행복했으면 합니다. 감사합니다.

❸ 핵심 키워드만 보고 말해보자

한국어와 베트남어 내용을 모두 숙지했다면 이번에는 키워드만 보고 말하는 연습을 해보세요.

tên, tính cách, ưu điểm, sở thích, lý do muốn trở thành hướng dẫn viên du lịch tiếng Việt, những chuẩn bị để trở thành hướng dẫn viên, kết luận

❹ 이것도 고민해보자

Q Tại sao em muốn trở thành hướng dẫn viên du lịch tiếng Việt? Lý do em muốn lấy được bằng hướng dẫn viên là gì?

Em muốn làm hướng dẫn viên để kiếm tiền hay có lý do khác?

왜 베트남어 관광통역안내사가 되고 싶습니까? 관광통역안내사 자격증을 따고 싶은 이유가 뭔가요?

관광통역안내사가 되고 싶은 것이 돈을 벌고 싶어서 입니까? 아니면 다른 이유가 있습니까?

A **Em nghĩ đương nhiên ai cũng muốn kiếm tiền để sinh sống. Nhưng mà đối với em, tiền bạc không phải trên hết. Em muốn làm việc em thích mà kiếm tiền. Em muốn truyền đạt vẻ đẹp của Hàn Quốc cho người nước ngoài, nhất là người Việt Nam. Em sẽ cố hết sức để trở thành một hướng dẫn viên du lịch tài giỏi.**

제 생각에 당연히 누구나 살기 위해 돈을 벌고자 합니다. 하지만 저에게 있어서, 돈은 최우선이 아닙니다. 저는 좋아하는 일을 하면서 돈을 벌고 싶습니다. 저는 외국인에게, 특히 베트남 사람에게 한국의 아름다움을 전하고 싶습니다. 저는 훌륭한 관광통역안내사가 되기 위해 최선을 다할 것입니다.

02 관광통역안내사로서 자신의 장점은 무엇인가요?

> Ưu điểm (điểm mạnh) của em khi làm hướng dẫn viên là gì?
> Anh/Chị nghĩ, bản thân mình có những điểm mạnh gì để làm hướng dẫn viên?

TIP 성격과 취미 또한, 자신의 장점이자 강점이 될 수 있지만, 이미 '타 언어 관광통역안내사'로서 실무 경험을 쌓았을 경우, 실무와 관련된 자신의 스킬을 강조하는 것도 좋습니다.

1 답안을 읽어보자

Em là người rất cởi mở, hoạt bát nên thích giao lưu với nhiều người đa dạng.
Ngoài ra, em rất thích đi du lịch, đi đây đi đó.
Hơn nữa, em rất quan tâm đến lịch sử, truyền thống Hàn Quốc.
Cho nên, em nghĩ cá tính em rất hợp với việc hướng dẫn viên và em nhất định sẽ trở thành một hướng dẫn viên nhiệt tình.
Xin hết.

2 뜻을 살펴보자

저는 굉장히 오픈마인드이고 활발한 사람이라 다양한 사람들과 교류하는 것을 좋아합니다.
그밖에 저는 이곳 저곳 다니며 여행하는 것을 좋아합니다.
게다가 저는 한국의 역사, 전통에 매우 관심이 있습니다.
그렇기 때문에, 저는 제 성격이 관광통역안내사 일에 매우 적합하다고 생각하며, 꼭 열정적인 관광통역안내사가 될 것입니다.
마치겠습니다.

3 핵심 키워드만 보고 말해보자

한국어와 베트남어 내용을 모두 숙지했다면 이번에는 키워드만 보고 말하는 연습을 해보세요.

Tính cách: cởi mở, hoạt bát, luôn tò mò, nhanh nhẹn, thân thiện v.v.
Kỹ năng cần thiết của : lòng yêu nghề, sức khỏe, sắp xếp lịch trình, ngoại ngữ, kiến thức v.v.

03 관광통역안내사에게 필요한 자질은 무엇이라고 생각하나요?

> **Theo anh/chị, tố chất, kỹ năng cần thiết của hướng dẫn viên là gì?**

1 답안을 읽어보자

Theo em, thứ nhất, hướng dẫn viên cần phải có lòng yêu nghề và lòng yêu Hàn Quốc.
Thứ hai, phải biết nói ngoại ngữ một cách trôi chảy.
Thứ ba, phải có kiến thức sâu rộng về văn hóa, phong tục, lịch sử v.v..
Thứ tư, phải có kỹ năng xử lý vấn đề và tình huống đa dạng.
Vì khi dẫn dắt du khách, có nhiều tình huống xảy ra.
Xin hết.

2 뜻을 살펴보자

제 생각에는 첫째, 안내사는 한국을 사랑하고 직업을 사랑하는 마음이 있어야 합니다.
둘째, 외국어를 유창하게 할 줄 알아야 합니다.
셋째, 문화, 풍습, 역사 등에 대해 넓고 깊은 지식을 갖고 있어야 합니다.
넷째, 다양한 상황과 문제를 해결할 수 있는 능력이 있어야 합니다.
왜냐하면 관광객을 이끌 때, 많은 상황이 발생하기 때문입니다.
마치겠습니다.

3 핵심 키워드만 보고 말해보자

한국어와 베트남어 내용을 모두 숙지했다면 이번에는 키워드만 보고 말하는 연습을 해보세요.

có lòng yêu nghề, lòng yêu Hàn Quốc, nói ngoại ngữ một cách trôi chảy, kiến thức sâu rộng, kỹ năng xử lý vấn đề

Track 004

Để trở thành hướng dẫn viên, anh/chị đã chuẩn bị những gì?

TIP 성격과 취미 또한, 자신의 장점이자 강점이 될 수 있지만, 이미 '타 언어 관광통역안내사'로서 실무 경험을 쌓았을 경우, 실무와 관련된 자신의 스킬을 강조하는 것도 좋습니다.

❶ 답안을 읽어보자

Để trở thành hướng dẫn viên du lịch tiếng Việt,

Thứ nhất, em đã học tiếng Việt chăm chỉ trong 2 năm qua.

Thứ hai, em luôn quan tâm và đọc bài báo liên quan đến Hàn Quốc và Việt Nam.

Thứ ba, em đã đọc các cuốn sách về lịch sử, văn hóa, kinh tế của Hàn Quốc để tiếp tục xây dựng kiến thức.

Và em sẽ không ngừng nỗ lực để trở thành hướng dẫn viên tài giỏi.

❷ 뜻을 살펴보자

베트남어 관광통역안내사가 되기 위해,

첫째, 저는 지난 2년간 베트남어 공부를 열심히 하였습니다.

둘째, 한국과 베트남에 늘 관심을 갖고, 관련된 기사들을 읽었습니다.

셋째, 계속해서 지식을 쌓기 위해 한국의 역사, 문화, 경제에 관한 책들을 읽었습니다.

그리고 저는 훌륭한 관광통역안내사가 되기 위해 노력을 멈추지 않을 것입니다.

❸ 핵심 키워드만 보고 말해보자

한국어와 베트남어 내용을 모두 숙지했다면 이번에는 키워드만 보고 말하는 연습을 해보세요.

học ngoại ngữ, đọc bài báo liên quan, đọc các cuốn sách về lịch sử, văn hóa kinh tế của Hàn Quốc v.v.

❹ 이것도 고민해보자

Q Sau khi trở thành hướng dẫn viên du lịch, anh/chị sẽ chuẩn bị thêm những gì?

관광통역안내사가 된 후에, 무엇을 더 준비하겠습니까?

A **Sau khi trở thành hướng dẫn viên du lịch, em sẽ tiếp tục học tiếng Việt, học hỏi về văn hóa, lịch sử, truyền thống Hàn Quốc và Việt Nam để có thể phục vụ tốt cho khách du lịch Việt Nam.**

관광통역안내사가 된 후, 저는 계속해서 베트남어 공부를 하고, 한국과 베트남의 문화, 역사, 전통에 대해 공부하여 베트남 관광객에게 좋은 서비스를 제공할 것입니다.

05 관광통역안내사를 하는 데 있어서 힘들 것 같은 점에 관해 이야기하세요.

 Track 005

> **Anh/Chị nghĩ, khi làm hướng dẫn viên, phải đối mặt với những khó khăn nào?**
> **Theo anh/chị, việc hướng dẫn viên có những khó khăn gì?**

❶ 답안을 읽어보자

Theo em, hướng dẫn viên phải đưa du khách đi nhiều nơi nên tiêu hao thể lực rất nhiều.

Do đó, hướng dẫn viên luôn phải quản lý sức khỏe để có thể làm tròn trách nhiệm của mình.

Ngoài ra, hướng dẫn viên thường phải làm việc vào các ngày nghỉ như cuối tuần và ngày lễ.

Cho nên có ít thời gian đi chơi và hưởng thụ với gia đình.

Xin hết.

❷ 뜻을 살펴보자

제 생각에, 관광통역안내사는 관광객을 이끌고 많은 곳을 가야 하기 때문에 체력 소모가 심합니다.

그래서, 관광통역안내사는 늘 건강 관리를 하여 자신의 책임을 다해야 합니다.

그밖에 관광통역안내사는 보통 공휴일과 주말 같은 쉬는 날에 일을 해야 합니다.

그렇기 때문에, 가족과 놀러가고 즐길 수 있는 시간이 적습니다.

마치겠습니다.

❸ 핵심 키워드만 보고 말해보자

한국어와 베트남어 내용을 모두 숙지했다면 이번에는 키워드만 보고 말하는 연습을 해보세요.

sức khỏe, thiếu thời gian đi chơi với gia đình, không thể nghỉ vào cuối tuần hoặc ngày lễ, người làm việc tự do nên thu nhập không cố định, sự cố ngoài dự kiến xảy ra

06 관광통역안내사란 무엇인가요?

 Track 006

> **Hướng dẫn viên du lịch là gì?**
> **Anh/Chị có thể giải thích một chút không?**

❶ 답안을 읽어보자

Hướng dẫn viên du lịch là người dẫn dắt và hướng dẫn đoàn khách du lịch nước ngoài.
Hướng dẫn viên phải sắp xếp và quản lý lịch trình, quản lý đoàn khách.
Hơn nữa phải phiên dịch và giới thiệu điểm du lịch, lịch sử, văn hóa Hàn Quốc cho du khách.
Nên hướng dẫn viên là một việc cần nhiều kỹ năng.
Do đó để trở thành hướng dẫn viên, nhất định phải có 'bằng hướng dẫn viên'.
Xin hết.

❷ 뜻을 살펴보자

관광통역안내사는 외국 관광객을 이끌고 안내하는 사람입니다.
관광통역안내사는 일정을 조율 및 관리하고 단체 관광객을 관리해야 합니다.
게다가 관광객에게 통역 및 한국의 여행지, 역사, 문화를 소개해줘야 합니다.
그렇기 때문에 관광통역안내사는 많은 스킬을 필요로 합니다.
따라서 관광통역안내사가 되기 위해서는 꼭 '관광통역안내사 자격증'이 있어야 합니다.
마치겠습니다.

❸ 핵심 키워드만 보고 말해보자

한국어와 베트남어 내용을 모두 숙지했다면 이번에는 키워드만 보고 말하는 연습을 해보세요.

hướng dẫn du khách nước ngoài, phiên dịch, quản lý tất cả lịch trình, sắp xếp lịch trình v.v.

07 관광통역안내사와 통역사는 어떻게 다른 것인가요?

> **Theo anh/chị, hướng dẫn viên và phiên dịch viên khác nhau thế nào?**

❶ 답안을 읽어보자

Hướng dẫn viên du lịch là chuyên gia thuộc ngành du lịch, và dẫn dắt du khách nước ngoài đi thăm Hàn Quốc để họ có thể tận hưởng và hiểu biết Hàn Quốc. Do đó, phải có 'bằng hướng dẫn viên'.

Còn phiên dịch viên thì phải biên phiên dịch tất cả mọi lĩnh vực, và thường phiên dịch trong cuộc gặp gỡ giữa công ty, buổi biểu diễn, hội nghị quốc tế v.v..

❷ 뜻을 살펴보자

관광통역안내사는 관광업에 속한 전문가로서 외국인 관광객이 한국을 알고 즐길 수 있도록 그들을 이끌고 한국을 돌아봅니다. 그렇기 때문에 '관광통역안내사 자격증'이 있어야 합니다.

그리고 통역사는 모든 영역을 통번역해야 하며, 보통 회사끼리의 미팅, 공연, 국제 회의 등에서 통역을 합니다.

❸ 핵심 키워드만 보고 말해보자

한국어와 베트남어 내용을 모두 숙지했다면 이번에는 키워드만 보고 말하는 연습을 해보세요.

Phiên dịch viên: chuyên gia phiên dịch về mọi ngành như IT, kinh doanh v.v.
Hướng dẫn viên: phiên dịch những việc thông thường khi du lịch, giải thích lịch sử và văn hóa, xử lý vấn đề bất ngờ v.v.

Track 008

---

① 답안을 읽어보자

Theo em, hướng dẫn viên là hình ảnh, đại sứ của một đất nước trong mắt của các du khách nước ngoài.

Vì hướng dẫn viên giới thiệu về văn hóa, lịch sử, truyền thống, điểm du lịch của Hàn Quốc cho du khách nước ngoài, giúp họ có thể hiểu biết về Hàn Quốc hơn .

Hơn nữa, hướng dẫn viên là người mà khách du lịch gặp đầu tiên khi họ sang Hàn Quốc. Và cũng là người ở với du khách lâu nhất, do đó khách du lịch sẽ có ấn tượng về Hàn Quốc qua hướng dẫn viên.

Do đó, em nghĩ hướng dẫn viên làm vai trò cầu nối giữa người Hàn Quốc và người nước ngoài.

Xin hết.

② 뜻을 살펴보자

제 생각에 관광통역안내사는 외국인 관광객의 눈에 한 나라의 이미지이자 외교관입니다.

왜냐하면 관광통역안내사는 외국 관광객에게 한국의 문화, 역사, 전통, 여행지를 소개하고 그들이 한국에 대해 더 알 수 있도록 도와주기 때문입니다.

게다가 관광통역안내사는 관광객이 한국에 왔을 때 처음으로 만나는 사람입니다. 그리고 관광객과 가장 오랫동안 함께하는 사람입니다, 그렇기 때문에 관광객은 관광통역안내사를 통해 한국에 대한 인상을 갖게 됩니다.

따라서 관광통역안내사는 한국인과 외국인을 이어주는 가교의 역할을 한다고 생각합니다.

마치겠습니다.

③ 핵심 키워드만 보고 말해보자

한국어와 베트남어 내용을 모두 숙지했다면 이번에는 키워드만 보고 말하는 연습을 해보세요.

- đại sứ, hình ảnh của một đất nước
- du khách trải nghiệm Hàn Quốc qua hướng dẫn viên
- làm vai trò cầu nối giữa người Hàn Quốc và người nước ngoài

Track 009

Những hành động mà hướng dẫn viên không nên làm là gì?

1 답안을 읽어보자

Theo em, thứ nhất, hướng dẫn viên phải giới thiệu điểm du lịch cho du khách.
Có nhiều hướng dẫn viên không giới thiệu điểm du lịch và cứ cho du khách đi tự do.
Em nghĩ như vậy là không được. Hướng dẫn viên có nghĩa vụ giới thiệu về Hàn Quốc cho du khách.
Thứ hai, không được truyền đạt sai thông tin. Nên hướng dẫn viên phải tiếp tục học hỏi về Hàn Quốc.
Thứ ba, hướng dẫn viên không được ép du khách mua đồ.
Thứ tư, hướng dẫn viên không được nổi giận với du khách, phải biết kiểm soát cảm xúc của mình.
Xin hết

2 뜻을 살펴보자

제 생각에, 첫째 관광통역안내사는 관광객에게 관광지에 대해 소개해주어야 합니다.
많은 관광통역안내사가 관광지를 소개하지 않고 그저 관광객이 자유롭게 다니게 합니다.
제 생각에 그러면 안 됩니다. 관광통역안내사는 관광객에게 한국에 대해 소개해줄 의무가 있습니다.
둘째로, 잘못된 정보를 전달하면 안 됩니다. 그렇기 때문에 관광통역안내사는 계속해서 한국에 대해 공부를 해야 합니다.
셋째로, 관광통역안내사는 관광객에 물건을 사라고 강요하면 안 됩니다.
넷째로, 관광통역안내사는 관광객에게 화를 내면 안 되며, 자신의 감정을 통제할 줄 알아야 합니다.
마치겠습니다.

3 핵심 키워드만 보고 말해보자

한국어와 베트남어 내용을 모두 숙지했다면 이번에는 키워드만 보고 말하는 연습을 해보세요.

- không giới thiệu điểm du lịch
- truyền đạt sai thông tin về hàn quốc
- ép du khách mua đồ
- nổi giận với du khách
- coi thường văn hóa nước khác
- không giữ đúng giờ hẹn

Track 010

> **Sau khi tour du lịch kết thúc, hướng dẫn viên du lịch còn phải làm gì nữa?**

1 답안을 읽어보자

Khi tour du lịch kết thúc, trước tiên hướng dẫn viên phải khảo sát sự hài lòng của du khách về tour du lịch để biết những điểm không hài lòng và điểm nên cải thiện.
Sau đó, hướng dẫn viên phải quyết toán tất cả chi phí trong tour du lịch rồi báo cáo với công ty.
Xin hết.

2 뜻을 살펴보자

투어가 끝나면, 먼저 관광통역안내사는 (투어 관련) 만족스럽지 못한 점과 개선해야 될 점을 알기 위해 투어에 대한 관광객의 만족도 조사를 실시해야 합니다. 그 다음에, 관광통역안내사는 투어 비용을 모두 결산하여 회사에 보고해야 합니다.
마치겠습니다.

3 핵심 키워드만 보고 말해보자

한국어와 베트남어 내용을 모두 숙지했다면 이번에는 키워드만 보고 말하는 연습을 해보세요.

- điều tra / khảo sát sự hài lòng của du khách
- quyết toán chi phí trong tour du lịch
- báo cáo với công ty

Track 011

Lý do ngành du lịch phải phát triển là gì? Tại sao ngành du lịch quan trọng?

❶ 답안을 읽어보자

Theo em, ngành du lịch rất quan trọng và phải tiếp tục phát triển.

Vì thứ nhất, nhà nước thu được ngoại tệ qua ngành du lịch.

Thứ hai, cũng có thể thu hút các nhà đầu tư nước ngoài vào Hàn Quốc.

Ngoài ra, cũng có thể giúp mang lại những bí quyết công nghệ của các nước đã phát triển.

Cuối cùng, nếu ngành du lịch phát triển sẽ tạo ra nhiều việc làm.

Xin hết.

❷ 뜻을 살펴보자

제 생각에 관광산업은 매우 중요하며 계속해서 발전해야 합니다.

왜냐하면 첫째, 나라가 관광업을 통해 외화를 유입할 수 있기 때문입니다.

둘째, 한국으로 외국인 투자자들 역시 유치할 수 있기 때문입니다.

그밖에 선진국의 핵심기술을 이전 하는데 도움을 줄 수 있습니다.

마지막으로, 관광업이 발전하면 많은 일자리가 창출될 것입니다.

마치겠습니다.

❸ 핵심 키워드만 보고 말해보자

한국어와 베트남어 내용을 모두 숙지했다면 이번에는 키워드만 보고 말하는 연습을 해보세요.

thu được ngoại tệ, thu hút nhà đầu tư nước ngoài, mang lại bí quyết công nghệ của các nước đã phát triển, tạo việc làm, nâng cao thương hiệu(hình ảnh) đất nước

Track 012

**Theo anh/chị ngành du lịch hiện nay có vấn đề gì?
Và phải cải thiện những gì?**

---

❶ 답안을 읽어보자

현황 Theo em, nhờ làn sóng Hallyu, ngành du lịch Hàn Quốc đã phát triển rất nhanh trong 10 năm qua.
Sự phát triển này đã đóng góp rất nhiều cho sự phát triển nền kinh tế Hàn Quốc.
장점 Theo em, điểm mạnh của ngành du lịch Hàn Quốc là giao thông công cộng rất phát triển, rất an toàn để đi du lịch, có thể vui chơi 24 tiếng suốt đêm, có nhiều trung tâm mua sắm và dịch vụ y tế rất phát triển.
문제점 Ngược lại, ngành du lịch Hàn Quốc có nhiều vấn đề như
Thứ nhất, quá tập trung tại thành phố lớn như Seoul, Busan, đảo Jeju.
Thứ hai, du khách Trung Quốc và Nhật Bản chiếm hầu hết tỷ lệ du khách đến Hàn Quốc.
Cuối cùng, có nhiều người bán hàng ép du khách mua hàng.
개선방안 Theo em, để giải quyết vấn đề này chính phủ Hàn Quốc phải đầu tư phân tán tại các thành phố vừa và nhỏ, phát triển hệ thống giao thông của những thành phố du lịch.
Ngoài ra, Hàn Quốc phải đẩy mạnh ngoại giao văn hóa, lập quan hệ tốt đẹp với nhiều nước đa dạng, nới lỏng điều kiện cấp visa cho các nước Đông Nam Á để thu hút các du khách Đông Nam Á.
Cuối cùng, người bán hàng cần phải có ý thức tiếp đãi người mua, không được ép mua hàng.

❷ 뜻을 살펴보자

제 생각에 한류 덕분에 한국 관광업은 지난 10년 동안 아주 빠르게 성장하였습니다.
이러한 성장은 한국 경제 발전에 큰 기여를 하였습니다.
제 생각에 한국 관광업의 장점은 대중교통이 매우 발전했고, 여행하기에 안전하며, 24시간 밤새 놀 수 있다는 점, 쇼핑센터가 많고, 의료 서비스가 매우 발전했다는 것입니다.
반면에, 한국 관광업은 많은 문제점을 안고 있습니다, 예를 들어
첫째, 서울, 부산, 제주도와 같은 대도시에 과도하게 집중되어 있습니다.
둘째, 중국과 일본 관광객이 방한 관광객 비율 중 대부분을 차지합니다.
마지막으로, 많은 판매원이 관광객에게 강매를 합니다.
제 생각에 이러한 문제를 해결하기 위해서 한국 정부는 중소 도시에 분산 투자를 하고, 여행 도시들의 교통 시스템을 발전시켜야 합니다.
그밖에, 한국은 문화 외교를 적극적으로 추진, 다양한 국가들과 좋은 관계를 맺고, 동남아시아 관광객을 유치하기 위해 동남아시아 국가들의 비자 발급조건을 완화해야 합니다.
마지막으로, 판매원은 구매자(고객) 대우 의식을 갖고, 강매를 하면 안 됩니다.

3 핵심 키워드만 보고 말해보자

한국어와 베트남어 내용을 모두 숙지했다면 이번에는 키워드만 보고 말하는 연습을 해보세요.

Hiện nay: phát triển rất nhanh trong 10 năm qua → đóng góp cho nền kinh tế Hàn Quốc

Điểm mạnh: giao thông công cộng phát triển, rất an toàn, có thể vui chơi suốt 24 tiếng v.v.

Điểm yếu: tập trung vào thành phố lớn, nhiều du khách Trung Quốc & Nhật Bản, ép du khách mua hàng

Cách cải thiện: đầu tư phân tán thành phố vừa và nhỏ, phát triển giao thông của thành phố du lịch, thu hút du khách Đông Nam Á v.v.

4 이것도 고민해보자

Q1 Thỉnh thoảng có những du khách không muốn đến thăm Hàn Quốc lần nữa, lý do là gì?

가끔 한국에 다시는 오고 싶지 않다고 하는 관광객들이 있는데, 이유가 무엇인가요?

A1 Em nghĩ vì họ có ấn tượng không tốt về Hàn Quốc. Ví dụ như gặp người xấu hoặc gặp phải tình huống xấu.

Em thấy dạo này có nhiều người đến Hàn Quốc qua gói du lịch siêu rẻ và đây cũng có thể là lý do. Vì nếu đến Hàn Quốc qua gói du lịch siêu rẻ, họ phải ngủ ở nơi không tốt, không thể ăn món ăn ngon và sang trọng, cũng không thể đến nơi tốt. Do đó họ sẽ không thể trải nghiệm những gì tốt tại Hàn Quốc. Do đó, các công ty du lịch không nên làm ra những gói du lịch siêu rẻ.

제 생각에 그들은 한국에 대해 좋지 않은 인상을 갖게 되었기 때문입니다. 예를 들어 나쁜 사람을 만났다거나 혹은 좋지 않은 상황을 마주친 거죠.

제가 보기에 요즘 많은 사람들이 초특가 상품으로 한국을 오는데 이 또한 이유가 될 수 있다고 생각합니다. 왜냐하면 초특가 상품으로 올 경우, 그들은 좋지 않은 곳에서 묵어야 하고, 맛있고 고급스러운 음식을 먹을 수 없고, 좋은 곳 또한 갈 수 없기 때문입니다. 그렇기 때문에 그들은 한국에서 좋은 것들을 체험하지 못하게 됩니다. 따라서, 여행사들은 초특가 상품들을 만들어 내는 것을 지양해야 합니다.

Q2 Em nghĩ thế nào về hướng dẫn viên du lịch hoạt động bất hợp pháp?

불법 가이드에 대해 어떻게 생각하세요?

A2 Hướng dẫn viên là hình ảnh của một đất nước, có nghĩa vụ truyền đạt thông tin về Hàn Quốc cho du khách nên phải có kiến thức chuyên môn và bằng hướng dẫn viên. Các hướng dẫn viên hoạt động bất hợp pháp có thể truyền đạt sai thông tin cho du khách và tạo hình ảnh không tốt về Hàn Quốc. Cho nên khi thấy hướng dẫn viên bất hợp pháp, chúng ta phải báo công an ngay.

관광통역안내사는 한 나라의 이미지이자, 관광객에게 한국에 대한 정보를 전달할 의무를 갖고 있기 때문에 전문적인 지식과 관광통역안내사 자격증을 갖고 있어야 합니다. 불법 활동 관광통역안내사(불법 가이드)들은 관광객에게 잘못된 정보를 전달할 수 있고, 한국에 대해 좋지 않은 이미지를 형성할 수 있습니다. 그렇기 때문에 불법 가이드들을 마주칠 때, 우리는 바로 경찰에 알려야 합니다.

13 관광객의 한국 재방문을 위해 관광통역안내사가 할 수 있는 일에는 어떠한 것들이 있나요? 그리고 정책적으로 어떠한 조치가 필요하다고 생각하나요?

🔊 Track 013

> **Hướng dẫn viên có thể làm những việc gì để du khách nước ngoài đến thăm Hàn Quốc lần nữa? Và nhà nước có thể làm gì về mặt chính sách?**

❶ 답안을 읽어보자

Theo em, hướng dẫn viên phải thân thiện và chu đáo với du khách, cho du khách có ấn tượng tốt về Hàn Quốc.

Ngoài ra, truyền đạt nhiều thông tin về Hàn Quốc, giúp du khách có hứng thú về Hàn Quốc hơn.

Còn nhà nước phải tạo thêm các dịch vụ tốt cho du khách nước ngoài, lập quan hệ tốt đẹp với nhiều nước đa dạng, làm nhiều chuyến bay thẳng v.v..

❷ 뜻을 살펴보자

제 생각에, 관광통역안내사는 관광객이 한국에 대해 좋은 인상을 가질 수 있도록, 관광객에게 친절하게 대하고 알뜰살뜰 챙겨야 합니다.

그밖에 한국에 대해 많은 정보를 전달하여 관광객들이 한국에 더 흥미를 가질 수 있도록 도와야 합니다.

그리고 정부는 외국인 관광객을 위한 좋은 서비스를 더 만들어내고, 다양한 국가와 좋은 관계를 유지, 직항 등을 많이 개발해야 합니다.

❸ 핵심 키워드만 보고 말해보자

한국어와 베트남어 내용을 모두 숙지했다면 이번에는 키워드만 보고 말하는 연습을 해보세요.

Hướng dẫn viên thân thiện và chu đáo với du khách, truyền đạt nhiều thông tin về Hàn Quốc

Nhà nước lập quan hệ tốt đẹp với nước khác, nới lỏng cấp visa, tạo dịch vụ cho du khách nước ngoài, làm chuyến bay thẳng, kiểm soát công ty du lịch để nâng cao chất lượng du lịch

14 2박 3일 일정의 여정을 계획하고 말해 보세요.

Anh/Chị thử sắp xếp lịch trình cho 3 ngày 2 đêm.

❶ 답안을 읽어보자

Nếu du khách đến Hàn quốc trong 3 ngày 2 đêm,

Ngày thứ nhất, em sẽ đưa đoàn đi cung Gyeongbok, làng cổ Bukchon, Insadong để xem nét cổ xưa của Hàn Quốc.

Ngày thứ hai, em sẽ đưa đoàn đi suối CheongGye, sông Hàn, tòa nhà Lotte Tower và tháp N Seoul để xem nét hiện đại của Hàn Quốc.

Ngày cuối cùng, em sẽ đưa đoàn đi Myeongdong, chợ Namdaemun để mua sắm, mua quà lưu niệm. Rồi đưa du khách đến sân bay làm thủ tục về nước.

❷ 뜻을 살펴보자

만약 관광객이 한국에 2박 3일 동안 온다면,

첫째 날, 저는 단체를 데리고 경복궁, 북촌, 인사동을 둘러보며 한국의 고전적인 모습을 볼 것입니다.

둘째 날, 저는 단체를 데리고 청계천, 한강, 롯데타워와 서울 N 타워를 둘러보며 한국의 현대적인 모습을 볼 것입니다.

마지막 날, 저는 단체를 데리고 명동, 남대문을 가서 쇼핑 및 기념품을 살 것입니다. 그리고 관광객을 모시고 공항에 가서 귀국 수속을 밟을 것입니다.

❸ 핵심 키워드만 보고 말해보자

한국어와 베트남어 내용을 모두 숙지했다면 이번에는 키워드만 보고 말하는 연습을 해보세요.

Ngày đầu tiên cung Gyeongbok, làng cổ Bukchon, JongMyo, Insadong, Dongdaemun
Ngày thứ hai sông Hàn, tòa nhà 63, Myeongdong
Ngày cuối cùng suối CheongGye, chợ Namdaemun, cung Deoksu

15 돌발 상황이 발생했을 때 관광통역안내사로서 어떻게 행동할 것인가요?

Track 015

> **Nếu có tình huống ngoài dự kiến xảy ra, anh/chị sẽ làm thế nào?**

❶ 답안을 읽어보자

Trước tiên em sẽ bình tĩnh và tìm cách giải quyết. Và nếu cần sự hỗ trợ của công ty thì em sẽ nói với công ty. Còn nếu là việc nhỏ, thì em sẽ xử lý một cách nhanh nhẹn.
Xin hết.

❷ 뜻을 살펴보자

먼저 저는 침착하게 해결 방법을 찾을 것입니다. 만약 회사의 지원이 필요하다면 회사에 말할 것입니다. 그리고 만약 작은 일이면, 빠르게 해결할 것입니다.
마치겠습니다.

❸ 핵심 키워드만 보고 말해보자

한국어와 베트남어 내용을 모두 숙지했다면 이번에는 키워드만 보고 말하는 연습을 해보세요.

- bình tĩnh, tìm cách giải quyết
- cần sự hỗ trợ công ty → nói với công ty
- việc nhỏ → xử lý nhanh nhẹn

❹ 이것도 고민해보자

Q Sắp đến giờ xuất cảnh, nhưng không thể đến đúng giờ do bị tắc đường. Anh chị sẽ làm thế nào?

만약 곧 출국할 시간인데 길이 막혀 제 시간에 도착하지 못한다면 어떻게 할 것인가요?

A **Trước tiên, em sẽ gọi đến công ty và kiểm tra xem có thể đổi chuyến bay hay không. Nếu có thể thì em sẽ đổi chuyến bay với sự đồng ý của tất cả du khách.**

먼저, 회사에 전화하여 항공편을 바꿀 수 있는지 확인해 볼 것입니다. 만약 가능하다면, 관광객 모두의 동의 하에 항공편을 바꿀 것입니다.

16 만약 관광객이 여권을 잃어버렸다면 어떻게 할 것인가요?

Nếu du khách làm mất hộ chiếu thì sẽ làm thế nào?

❶ 답안을 읽어보자

Trước tiên em sẽ nói du khách tìm lại trong hành lý.

Nếu không có thì em sẽ báo công ty và cảnh sát.

Sau đó, em sẽ cấp hộ chiếu tạm thời ở đại sự quán và về nước theo đúng lịch trình.

Xin hết.

❷ 뜻을 살펴보자

먼저 관광객에게 짐을 다시 찾아보라고 할 것입니다.

만약 없다면 회사와 경찰에 신고할 것입니다.

그 후에 대사관에서 임시 여권을 발급 받아 일정에 맞게 귀국할 수 있도록 할 것입니다.

마치겠습니다.

❸ 핵심 키워드만 보고 말해보자

한국어와 베트남어 내용을 모두 숙지했다면 이번에는 키워드만 보고 말하는 연습을 해보세요.

tìm lại trong hành lý, báo công ty và cảnh sát, cấp lại hộ chiếu tạm thời

❹ 이것도 고민해보자

Q1 Đang trên đường đến sân bay để xuất cảnh. Nhưng du khách tự dưng nói là để quên hộ chiếu ở khách sạn. Và bây giờ chúng ta không có thời gian để quay về. Anh chị sẽ làm thế nào?

출국을 하기 위해 공항에 가는 길입니다. 그런데 관광객이 갑자기 호텔에 여권을 놓고 왔다고 합니다. 그리고 우리는 돌아갈 시간이 없습니다. 어떻게 할 것인가요?

A1 **Lúc đó, trước tiên em gọi điện đến khách sạn để tìm hộ chiếu. Nếu có thời gian em sẽ nhờ khách sạn mang hộ chiếu đến sân bay. Còn nếu không đủ thời gian thì, em sẽ giúp du khách đổi chuyến bay để xuất cảnh.**

그때, 먼저 저는 호텔에 전화하여 여권을 찾아볼 것입니다. 만약 시간이 된다면 호텔에 부탁하여 여권을 공항으로 가져다 달라고 할 것입니다. 그리고 만약 시간이 충분치 않다면, 관광객이 비행편을 바꿔 출국할 수 있게 도울 것입니다.

Q2 Bây giờ du khách phải xuất cảnh và quay về nước ngay. Nhưng lại làm mất máy di động. Anh chị sẽ làm thế nào?

지금 관광객은 바로 출국하고 귀국해야 합니다. 그런데 휴대 전화을 잃어버렸습니다. 어떻게 할 것인가요?

A2 Trước tiên em sẽ nói du khách tìm lại rồi nếu không có thì báo với hệ thống tìm trả đồ thất lạc, cảnh sát. Rồi em sẽ hứa với du khách là nếu tìm được thì em sẽ gửi máy sang. Làm du khách an tâm rồi giúp du khách xuất cảnh.

먼저 관광객에게 다시 찾아보라고 할 것입니다. 만약 없다면 분실물 센터와 경찰에 알릴 것입니다. 그리고 찾게 되면 휴대 전화를 보내 주겠다고 약속할 것입니다. 관광객이 안심할 수 있도록 하고 출국수속을 도와줄 것입니다.

Q3 Nếu du khách làm mất hành lý. Anh chị sẽ làm thế nào?

만약 관광객이 짐을 잃어버렸다면, 어떻게 할 건가요?

A3 Trước tiên em sẽ tìm lại hành lý tại nơi làm mất. Nếu làm mất ở sân bay thì sẽ báo với cảnh sát và hệ thống tìm trả đồ thất lạc.

먼저 잃어버린 장소에서 짐을 다시 찾아볼 것입니다. 만약 공항에서 잃어버렸다면 경찰과 분실물 센터에 알릴 것입니다.

17 만약 투어 도중 관광객이 아프다고 호소하면 어떻게 할 것인가요?

 Track 017

> **Nếu du khách bị ốm (bị đau, bị thương) trong khi tham quan, anh/chị sẽ làm thế nào?**

① 답안을 읽어보자

Lúc đó, nếu du khách bị đau nhẹ, em sẽ đưa du khách đến bệnh viện để khám bệnh rồi uống thuốc.

Nhưng, nếu du khách bị đau nặng, em sẽ gọi xe cấp cứu để nhanh chóng đưa du khách đến bệnh viện.

Sau đó, em sẽ báo với công ty.

② 뜻을 살펴보자

그때, 만약 관광객이 조금 아프다면 병원에 데리고 가서 진찰을 받고 약을 복용하게 할 것입니다.

하지만, 만약 관광객이 심하게 아프면 구급차를 불러 빠르게 병원으로 이송할 것입니다.

그다음에, 회사에 알릴 것입니다.

③ 핵심 키워드만 보고 말해보자

한국어와 베트남어 내용을 모두 숙지했다면 이번에는 키워드만 보고 말하는 연습을 해보세요.

- **bị đau nhẹ → đến bệnh viện, khám bệnh**
- **bị đau nặng → gọi xe cấp cứu, đưa du khách đến bệnh viện, báo với công ty**

④ 이것도 고민해보자

Q   Nếu tình hình khẩn cấp như khách bị tai nạn, anh/chị sẽ làm thế nào?

만약 관광객이 사고를 당하는 것 같은 긴급상황이 발생하면 어떻게 할 것인가요?

A   **Trước tiên, em sẽ gọi xe cấp cứu rồi sơ cứu cho du khách. Đưa du khách đến bệnh viện và báo với công ty để được hỗ trợ.**
Sau đó, nếu tình hình trở nên nghiêm trọng, em sẽ báo với gia đình của du khách.

그후에, 먼저 구급차를 부르고 응급조치를 할 것입니다. 관광객을 병원에 데려가고 회사에 알려 지원을 받을 것입니다.

만약 상황이 심각해지면 관광객의 가족에게 알릴 것입니다.

18 관광차량(관광버스)이 사고가 났을 경우, 어떻게 할 것인가요?

> **Nếu xe du lịch gặp tai nạn trên đường đi, anh/chị sẽ làm thế nào?**

1 답안을 읽어보자

Trước tiên, em sẽ xác nhận xem có người bị thương hay không.
Nếu có thì em sẽ gọi xe cấp cứu và sơ cứu cho du khách. Rồi, đưa du khách đến bệnh viện và báo với công ty để được hỗ trợ.
Nếu không có thì, em sẽ làm du khách yên tâm rồi hỏi bác tài xế để xuất phát.

2 뜻을 살펴보자

먼저 다친 사람이 있는지 확인할 것입니다.
만약 있다면 구급차를 부르고 응급조치를 할 것입니다. 그리고 관광객을 병원으로 이송하고 회사에 알려 지원을 받을 것입니다.
만약 없다면, 관광객을 안심시키고 기사님께 여쭤보고 출발할 것입니다.

3 핵심 키워드만 보고 말해보자

한국어와 베트남어 내용을 모두 숙지했다면 이번에는 키워드만 보고 말하는 연습을 해보세요.

- **xác nhận xem có người bị thương hay không**
- **nếu có → sơ cứu , gọi xe cấp cứu**
- **nếu không → làm du khách yên tâm, xuất phát lại**

4 이것도 고민해보자

Q Nếu xe bị hỏng trên đường đi. Anh/Chị sẽ làm thế nào?

만약 가는 길에 차가 고장 난다면, 어떻게 할 것인가요?

A **Trước tiên, em sẽ hỏi bác tài xế là sửa xe mất khoảng bao lâu. Và nếu mất nhiều thời gian, em sẽ báo công ty để được hỗ trợ xe khác và sắp xếp lại lịch trình và mong du khách thông cảm cho.**

먼저, 기사님께 차를 수리하는 데 얼마나 걸리는지 물어볼 것입니다. 그리고 만약 시간이 오래 걸리면, 회사에 알려 다른 차를 지원받고, 일정을 다시 조정하고 관광객에게 양해를 구할 것입니다.

19 만약 관광객이 일정에 대해 불평한다면 어떻게 할 것인가요?

Track 019

Nếu du khách khiếu nại về lịch trình thì anh/chị sẽ làm thế nào?

1 답안을 읽어보자

Đầu tiên em sẽ giải thích quy định tour cho du khách và mong du khách thông cảm cho. Nhưng nếu tất cả du khách phàn nàn thì em sẽ báo với công ty để giải quyết.

2 뜻을 살펴보자

먼저 관광객에게 투어 규정을 설명해 드리고 양해를 부탁드릴 것입니다.
만약 모든 관광객이 불평한다면 회사에 알려 해결할 것입니다.

3 핵심 키워드만 보고 말해보자

한국어와 베트남어 내용을 모두 숙지했다면 이번에는 키워드만 보고 말하는 연습을 해보세요.

giải thích quy định tour, mong du khách thông cảm cho, báo với công ty

20 여행 도중, 베트남 관광객이 한국에서 불법으로 일하기 위해 몰래 도망간다면 어떻게 할 것인가요?

🔊 Track 020

> **Nếu du khách Việt Nam lén bỏ chạy để làm việc bất hợp pháp tại Hàn Quốc, anh/chị sẽ làm thế nào?**
>
> **Nếu khách du lịch trốn đi và trở thành người lao động bất hợp pháp, anh/chị sẽ giải quyết thế nào?**

❶ 답안을 읽어보자

Em nghĩ, việc này là một vấn đề rất nghiêm trọng. Nhưng không có cách giải quyết tốt nhất.

Trong trường hợp này, em sẽ báo với công ty, cảnh sát và cục quản lý xuất nhập cảnh để giải quyết vấn đề.

Em mong việc này sẽ không xảy ra.

❷ 뜻을 살펴보자

제 생각에 이 일은 심각한 문제입니다. 하지만 최선의 해결 방법은 없습니다.

이럴 경우, 저는 회사, 경찰 그리고 출입국 관리 사무소에 알려 문제를 해결할 것입니다.

이 일이 일어나지 않길 바랍니다.

❸ 핵심 키워드만 보고 말해보자

한국어와 베트남어 내용을 모두 숙지했다면 이번에는 키워드만 보고 말하는 연습을 해보세요.

vấn đề nghiêm trọng, báo với công ty, cảnh sát v.v.

Track 021

Trong khi tham quan hoặc mua sắm, khách du lịch cãi nhau với người khác, anh/chị sẽ làm thế nào?

1 답안을 읽어보자

Đầu tiên, em sẽ nghe lý do cãi nhau rồi giải quyết.
Nhưng, dù sao thì du khách quan trọng nhất đối với hướng dẫn viên, nên em sẽ cố gắng giúp du khách.

2 뜻을 살펴보자

먼저, 다툰 이유를 들어보고 해결할 것입니다.
하지만, 어쨌든 관광통역안내사에게는 관광객이 가장 중요하기 때문에 관광객을 도와주려고 노력할 것입니다.

3 핵심 키워드만 보고 말해보자

한국어와 베트남어 내용을 모두 숙지했다면 이번에는 키워드만 보고 말하는 연습을 해보세요.

- **nghe lý do cãi nhau**
- **du khách quan trọng nhất → giúp du khách**

Nếu du khách đến muộn, không giữ thời gian thì anh/chị sẽ làm thế nào?

❶ 답안을 읽어보자

Đầu tiên em sẽ dặn là phải giữ đúng giờ, không thì người khác sẽ thấy khó chịu.
Nhưng nếu vẫn đến muộn thì em sẽ đánh thức vào mỗi buổi sáng và luôn đi theo trong suốt lịch trình.
Trước khi chuyến du lịch được bắt đầu, em sẽ nhấn mạnh là không được trễ, phải giữ đúng giờ để đề phòng đến muộn

❷ 뜻을 살펴보자

먼저 시간을 지켜야 한다고 타이를 것입니다. 그렇지 않으면 다른 사람이 불편해할 수 있다고 말할 것입니다.
그런데 여전히 늦는다면 매 아침마다 깨우고 일정 내내 따라다닐 것입니다.
여행이 시작되기 전 늦을 것을 방지하기 위해 늦으면 안 되고, 시간을 꼭 지켜야 한다고 강조할 것입니다.

❸ 핵심 키워드만 보고 말해보자

한국어와 베트남어 내용을 모두 숙지했다면 이번에는 키워드만 보고 말하는 연습을 해보세요.

- dặn là phải giữ đúng giờ
- vẫn muộn → đánh thức vào mỗi buổi sáng, đi theo trong suốt lịch trình

만약 손님이 음식에 대해 불평한다면 어떻게 할 것인가요?

 Track 023

> **Nếu du khách phàn nàn về món ăn, anh/chị sẽ làm thế nào?**

1 답안을 읽어보자

Trước tiên, em sẽ xin lỗi với du khách.
Rồi nói với nhà hàng để chuẩn bị món ăn khác.
Và em sẽ hứa với du khách là việc này sẽ không xảy ra nữa và sẽ luôn phục vụ món ăn tươi ngon.

2 뜻을 살펴보자

먼저, 관광객에게 사과를 할 것입니다.
그리고 식당에 말해 다른 음식을 준비할 것입니다.
그리고 이 일이 다시는 일어나지 않을 것이고, 항상 신선하고 맛있는 음식을 제공하겠다고 약속할 것입니다.

3 핵심 키워드만 보고 말해보자

한국어와 베트남어 내용을 모두 숙지했다면 이번에는 키워드만 보고 말하는 연습을 해보세요.

- **xin lỗi với du khách, chuẩn bị món khác**
- **Hứa : việc này không xảy ra nữa, phục vụ món ngon**

Track 024

> **Nếu khách du lịch nhớ món ăn Việt Nam, nên đòi đi ăn món Việt Nam thì anh/chị sẽ đưa khách hàng đi đâu?**

❶ 답안을 읽어보자

Em sẽ đưa du khách đến tiệm ăn mà chủ nhà hàng là người Việt Nam.
Nhà hàng đó, bà chủ trực tiếp nấu ăn nên khách hàng có thể cảm thấy giống như đang ăn ở Việt Nam.

❷ 뜻을 살펴보자

저는 여행객을 데리고 식당 주인이 베트남인인 식당을 갈 것입니다.
그 식당은 주인 아주머니께서 직접 음식을 하시기 때문에 고객이 베트남에서 먹고 있는 것 같은 느낌을 받을 수 있습니다.

❸ 핵심 키워드만 보고 말해보자

한국어와 베트남어 내용을 모두 숙지했다면 이번에는 키워드만 보고 말하는 연습을 해보세요.

- nhà hàng Việt Nam mà chủ nhà hàng là người Việt Nam
- nhà hàng Việt Nam nổi tiếng ở Hàn Quốc

Nếu anh/chị làm mất khách du lịch trong khi tham quan, anh/chị sẽ làm thế nào?

① 답안을 읽어보자

Để việc đó không xảy ra, em sẽ cho các du khách số điện thoại của em trước khi tham quan.

Nếu khách không thể tìm đường, khách sẽ gọi điện thoại cho em.

Nhưng nếu không gọi đến, em sẽ báo với công ty và cảnh sát để được hỗ trợ.

② 뜻을 살펴보자

그러한 일이 일어나지 않도록 관람하기 전에 관광객에게 제 전화번호를 줄 것입니다.

만약 고객이 길을 찾지 못한다면 저에게 전화를 걸 것입니다.

하지만 만약 전화가 오지 않는다면, 회사와 경찰에 알려 지원을 받을 것입니다.

③ 핵심 키워드만 보고 말해보자

한국어와 베트남어 내용을 모두 숙지했다면 이번에는 키워드만 보고 말하는 연습을 해보세요.

- cho du khách số điện thoại trước khi tham quan
- nếu khách không gọi đến → báo với công ty và cảnh sát

26 관광객이 당신이 모르는 것을 묻는다면, 어떻게 할 것인가요?

 Track 026

> **Nếu khách du lịch hỏi những gì anh/chị không biết thì anh/chị sẽ trả lời thế nào?**

① 답안을 읽어보자

Trước tiên, em sẽ xin lỗi với du khách.

Sau đó, em sẽ tìm hiểu thông tin rồi trả lời nhanh chóng cho du khách.

Và em sẽ luôn cố gắng học hỏi để mang tính chuyên nghiệp, để trở thành hướng dẫn viên có nhiều kiến thức, kinh nghiệm.

② 뜻을 살펴보자

먼저, 관광객에게 사과할 것입니다.

그 후에 정보를 찾아 고객에게 빠르게 답변을 드릴 것입니다.

그리고 전문성이 있고 경험과 지식이 많은 관광통역안내사가 되기 위해 늘 공부하고자 노력할 것입니다.

③ 핵심 키워드만 보고 말해보자

한국어와 베트남어 내용을 모두 숙지했다면 이번에는 키워드만 보고 말하는 연습을 해보세요.

xin lỗi với du khách, tìm hiểu thông tin → trả lời cho du khách, luôn cố gắng học hỏi

27 투어 중 지진 혹은 태풍과 같은 자연재해가 발생한다면 어떻게 할 것인가요?

 Track 027

Nếu thiên tai xảy ra, ví dụ như động đất hoặc là bão trong khi tham quan, anh/chị sẽ làm thế nào?

❶ 답안을 읽어보자

Trước tiên, em sẽ hướng dẫn du khách ra bãi rộng lớn như sân vận động trường học, công viên v.v. hoặc vào bên trong nhà tùy theo tình hình.

Sau đó, nếu có người bị thương thì em sẽ sơ cứu và gọi xe cấp cứu.

Cuối cùng, em sẽ nghe theo chỉ thị của nhà nước.

❷ 뜻을 살펴보자

먼저, 상황에 따라 학교 운동장, 공원 등처럼 넓은 공터 또는 실내로 관광객을 안내할 것입니다.

그 후에 다친 사람이 있으면 응급조치를 하고 구급차를 부를 것입니다.

마지막으로 정부의 지시를 따를 것입니다.

❸ 핵심 키워드만 보고 말해보자

한국어와 베트남어 내용을 모두 숙지했다면 이번에는 키워드만 보고 말하는 연습을 해보세요.

- hướng dẫn ra bãi rộng lớn / vào bên trong nhà
- có người bị thương → gọi xe cấp cứu
- nghe theo chỉ thị của nhà nước

❹ 이것도 고민해보자

Q1 Nếu đang hướng dẫn du khách ở bên trong tòa nhà mà tự dưng bị động đất, thì sẽ làm thế nào?

만약 관광객을 데리고 실내에서 관람 안내를 하고 있는데 갑자기 지진이 일어나면 어떻게 할 것인가요?

A1 Nếu đang trong nhà, trước tiên phải mở cửa để sau này có thể chạy ra ngoài. Rồi núp dưới bàn đến khi động đất nhẹ đi. Tiếp theo đi bằng cầu thang ra ngoài .

만약 실내에 있다면, 먼저 문을 열어 이후에 나갈 수 있도록 할 것입니다. 그리고 지진이 약해질 때까지 책상 밑에 숨을 것입니다.

그다음에 계단을 통해 밖으로 나갈 것입니다.

Q2 Nếu mà bây giờ em đang đưa du khách tham quan bên trong nhà nhưng mà hỏa hoạn xảy ra thì sẽ làm thế nào?

만약 관광객을 데리고 실내에서 관람하고 있는데 갑자기 화재가 발생하면 어떻게 할 것인가요?

A2 Lúc đó trước tiên, em sẽ hướng dẫn du khách cúi xuống và bịt miệng, mũi để chạy ra ngoài.

Nếu hỏa hoạn xảy ra ở tầng dưới thì sẽ đi bằng cầu thang để lên sân thượng. Còn nếu xảy ra ở tầng trên thì sẽ đi bằng cầu thang để chạy ra ngoài.

그때 먼저 관광객에게 몸을 숙이고 입과 코를 막고 밖으로 나갈 수 있도록 안내할 것입니다.

만약 아래층에서 화재가 발생한다면, 계단을 통해 옥상으로 올라갈 것입니다. 그리고 만약 위층에서 발생한다면 계단을 통해 밖으로 나갈 것입니다.

28 손님이 투어 중 시끄럽게 떠든다면 어떻게 할 것인가요?

Nếu khách du lịch quá ồn ào trong khi tham quan, anh/chị sẽ làm thế nào?

1 답안을 읽어보자

Trước tiên, em sẽ xin lỗi với người xung quanh.
Và chú ý du khách là phải nói nhỏ, không được quá ồn ào.
Vì đây là nơi công cộng.

2 뜻을 살펴보자

먼저 주위 사람에게 사과할 것입니다.
그리고 작게 말해야하며, 너무 시끄럽게 떠들면 안 된다고 관광객을 주의시킬 것입니다.
왜냐하면 이곳은 공공장소이기 때문입니다.

3 핵심 키워드만 보고 말해보자

한국어와 베트남어 내용을 모두 숙지했다면 이번에는 키워드만 보고 말하는 연습을 해보세요.

- **xin lỗi với người xung quanh**
- **chú ý du khách → nói nhỏ**

29 손님이 일정대로 다니지 않고 자유 행동을 하고 싶어한다면 어떻게 할 건가요?

 Track 029

> **Nếu khách không muốn đi theo lịch trình và muốn đi lại tự do thì anh/chị sẽ làm thế nào?**

1 답안을 읽어보자

Đầu tiên em sẽ giải thích quy định tour cho du khách và mong du khách thông cảm cho. Và sẽ cho một chút thời gian tự do khi đến điểm du lịch, tùy theo tình hình.

2 뜻을 살펴보자

먼저 관광객에게 투어 규정을 설명해 드리고 양해를 부탁드릴 것입니다.
그리고 상황에 따라 여행지에 도착했을 때 조금의 자유 시간을 드릴 것입니다.

3 핵심 키워드만 보고 말해보자

한국어와 베트남어 내용을 모두 숙지했다면 이번에는 키워드만 보고 말하는 연습을 해보세요.

giải thích quy định tour, mong du khách thông cảm cho, cho một chút thời gian tự do

30 차가 막혀서 시간 안에 목적지에 도착하지 못한다면 어떻게 할 것인가요?

 Track 030

> **Nếu bị tắc đường(kẹt xe) nên không thể đến nơi đúng giờ thì sao?**
> **Nếu bị tắc đường(kẹt xe) nên không thể đến nơi theo lịch trình thì sao?**

1 답안을 읽어보자

Trước đó, em sẽ tính cả thời gian kẹt đường để sắp xếp lịch trình nên việc đó ít khi xảy ra.
Nhưng dù sao, vẫn không thể đến nơi theo lịch trình thì trước tiên em sẽ giải thích tình hình cho du khách và mong du khách thông cảm cho.
Sau đó, em sẽ báo với công ty để thay đổi lịch trình, đến nơi gần hơn.
Và sẽ nói với du khách là ngày khác chúng ta sẽ đến nơi này nên đừng có lo.

2 뜻을 살펴보자

그 전에 이미 차가 막히는 시간까지 계산하여 일정을 짰기 때문에 그러한 일은 거의 일어나지 않을 것입니다.
하지만 어쨌든 일정에 맞춰서 목적지에 갈 수 없다면, 먼저 관광객에게 상황을 설명하고 양해를 구할 것입니다.
그 후에 회사에 알려 일정을 바꾸고 더 가까운 곳으로 갈 것입니다.
그리고 관광객에게 (우리는) 다른 날에 이곳에 갈 것이니 너무 걱정하지 말라고 말씀드릴 것입니다.

3 핵심 키워드만 보고 말해보자

한국어와 베트남어 내용을 모두 숙지했다면 이번에는 키워드만 보고 말하는 연습을 해보세요.

- giải thích tình hình cho du khách, mong du khách thông cảm cho
- báo công ty → thay đổi lịch trình

Track 031

Anh/Chị đưa du khách đến khách sạn nhận phòng, nhưng tự dưng bên khách sạn nói là không còn phòng do overbooking (đặt phòng quá tải) thì sẽ làm thế nào?

1 답안을 읽어보자

Để đề phòng những việc này, các công ty du lịch thường chuẩn bị thêm mấy khách sạn khác.

Nếu việc này xảy ra thì đầu tiên, em sẽ báo công ty và gọi đến khách sạn khác để chuẩn bị phòng, rồi giải thích tình hình và xin lỗi với du khách. Sau đó, em sẽ đưa du khách đến khách sạn đó với sự đồng ý của tất cả du khách. Dù sao thì, em sẽ luôn nỗ lực để những việc này không xảy ra.

2 뜻을 살펴보자

이러한 일을 방지하기 위해, 여행사들은 보통 몇몇 다른 호텔들을 더 준비해 놓습니다.

만약 이런 일이 발생하면 먼저 회사에 알리고 다른 호텔에 전화하여 방을 준비합니다, 그리고 상황에 대해 설명하고 고객에게 사과할 것입니다. 그 후에 모든 관광객의 동의 하에 그 호텔로 고객을 데려갈 것입니다. 어쨌든, 이러한 일이 일어나지 않도록 늘 노력할 것입니다.

3 핵심 키워드만 보고 말해보자

한국어와 베트남어 내용을 모두 숙지했다면 이번에는 키워드만 보고 말하는 연습을 해보세요.

- báo công ty và gọi đến khách sạn khác
- giải thích và xin lỗi với du khách
- đưa du khách đến khách sạn đó

32 손님을 맞이하러 공항에 가 첫 대면을 했다고 가정하고 환영 인사 겸 자기소개를 해보세요.

🔊 Track 032

Giả sử như bây giờ bạn đến sân bay để đón khách, và bạn mới gặp được đoàn khách. Bạn cứ nghĩ là đang đứng trước mặt du khách và giờ hãy nói lời chào mừng du khách và tự giới thiệu với khách.

TIP 베트남에서는 '단체 관광객'을 '가족 여러분(gia đình = cả nhà = nhà mình)'으로 많이 부릅니다.

① 답안을 읽어보자

Chào mọi người, rất vui được gặp cả nhà.

Em tên là Minji và tên tiếng Việt của em là Hoa. Cả nhà cứ gọi em là Hoa ạ.

Trong 3 ngày tới, em sẽ giúp cả nhà tận hưởng văn hóa, ẩm thực Hàn Quốc, đến nỗi không muốn về luôn. Trước khi bắt đầu chuyến vui chơi, gia đình nên biết mấy câu Hàn Quốc. Gia đình cứ nói theo em nhé.

안녕하세요 cái này là xin chào! 감사합니다 cái này là xin cảm ơn!

비싸요 cái này là trời ơi đắt quá! 깎아주세요 cái này là giảm đi!

Gia đình nói tiếng Hàn quá hay đấy! Thế là chúng ta có thể bắt đầu chuyến vui chơi tại Hàn Quốc.

Mà tiếng Việt của em không tốt lắm nên có khi em giải thích không được tốt. Mong là cả nhà thông cảm. Nhưng mà em sẽ cố gắng hết sức!

② 뜻을 살펴보자

안녕하세요 가족 여러분을 뵙게 되어 매우 기쁩니다.

제 이름은 민지이고 저의 베트남어 이름은 호아입니다. 가족 여러분 그냥 저를 호아라고 불러주세요.

오는 3일 동안, 저는 여러분이 집에 돌아가고 싶지 않을 정도로, 한국의 음식, 문화를 마음껏 누릴 수 있도록 도와드릴 것입니다.

우리의 즐거운 여행을 시작하기에 앞서, 한국어 문장 몇 개를 아는 것이 좋습니다. 그냥 저를 따라 말해주세요.

안녕하세요, 이것은 '안녕하세요'입니다! 감사합니다, 이것은 '감사합니다'입니다!

비싸요, 이것은 '아 너무 비싸요!'입니다! 깎아주세요, 이것은 '깎아주세요'입니다!

여러분 정말 한국어 잘하시네요! 그럼 한국에서의 즐거운 여행을 시작할 수 있겠습니다.

그런데 제 베트남어(실력)가 그렇게 좋지는 않아서 때로는 설명을 잘하지 못할 수 있습니다. 양해 부탁드립니다. 하지만 최선을 다하겠습니다!

③ 핵심 키워드만 보고 말해보자

한국어와 베트남어 내용을 모두 숙지했다면 이번에는 키워드만 보고 말하는 연습을 해보세요.

chào → tên → dạy chút tiếng Hàn → thông cảm về trình độ ngoại ngữ của mình

4 이것도 고민해보자

Q Bây giờ ví dụ như, anh/chị đang ở lễ tân khách sạn và phải báo với du khách là ngày mai chúng ta phải trả phòng và quay về nước, anh/chị sẽ nói ra sao?

만약 지금 당신이 호텔 리셉션(로비)에 있고, 관광객에게 내일 우리가 체크아웃을 해야 하고 귀국해야 한다고 알려야 합니다, 어떻게 말할 것인가요?

A **Nhà mình ơi, mai chúng ta phải trả phòng và quay về nước. Cho nên sáng mai, gia đình phải sắp xếp hành lý xuống lễ tân đến 8 giờ rưỡi. Mọi người nhớ ăn cơm và có mặt tại đây lúc 8 giờ rưỡi nhé! Chúc mọi người ngủ ngon và mai gặp.**

가족 여러분, 내일 우리는 체크아웃하고 귀국해야 해요. 그래서 내일 오전에 여러분 짐을 정리해서 리셉션(로비)으로 8시 반까지 내려오셔야 해요. 여러분 꼭 식사 하시고 8시 반에 여기에서 뵙겠습니다! 안녕히 주무시고 내일 뵐게요.

33 베트남 관광객이 한국에 오는 이유는 무엇인가요?

 Track 033

Theo anh/chị, lý do du khách Việt Nam đến Hàn Quốc là gì?

1 답안을 읽어보자

Theo em, vì Hàn Quốc là đất nước rất đẹp, và nhiều người Việt Nam biết đến Hàn Quốc qua các bộ phim Hàn, k-pop.

Ngoài ra, hiện nay Hàn Quốc và Việt Nam đang giao lưu trong nhiều lĩnh vực đa dạng nên Hàn Quốc là một đất nước quen thuộc đối với người Việt Nam.

2 뜻을 살펴보자

제 생각에 한국은 아름다운 나라이고, 많은 베트남 사람이 한국 영화, k-pop을 통해 한국을 알게 되었기 때문입니다.

그밖에 현재 한국과 베트남은 다양한 영역에서 교류중이라 베트남 사람에게 있어서 한국은 친숙한 나라입니다.

3 핵심 키워드만 보고 말해보자

한국어와 베트남어 내용을 모두 숙지했다면 이번에는 키워드만 보고 말하는 연습을 해보세요.

Hàn Quốc rất đẹp, nhiều người Việt Nam biết đến Hàn Quốc qua các bộ phim Hàn, k-pop
Hàn Quốc và Việt Nam đang giao lưu rất nhiều → Hàn Quốc rất quen thuộc

Track 034

Anh/Chị muốn giới thiệu điểm du lịch nào cho du khách Việt Nam?

1 답안을 읽어보자

Nếu du khách Việt Nam đến Hàn Quốc, em sẽ giới thiệu đảo Jeju.

Jeju là đảo nằm ở phía nam Hàn Quốc.

Ở Jeju, có nhiều nơi đẹp như núi Halla, động Manjang, bãi biển trong xanh v.v..

Ngoài ra, có nhiều món ăn ngon như thịt lợn đen nướng, hải sản tươi ngon v.v..

Nên đảo Jeju là một trong những nơi không thể bỏ qua khi đến Hàn Quốc.

2 뜻을 살펴보자

만약 베트남 관광객이 한국에 온다면, 제주도를 소개할 것입니다.

제주는 한국의 남쪽에 위치한 섬입니다.

제주에는 한라산, 만장굴, 맑고 푸른 바다 등처럼 아름다운 곳이 많습니다.

그밖에 흑돼지구이, 싱싱하고 맛있는 해산물 등처럼 맛있는 음식이 많습니다.

그렇기 때문에 제주도는 한국에 올 때 지나쳐서는 안 되는(꼭 가봐야 하는) 곳 중 하나입니다.

3 핵심 키워드만 보고 말해보자

한국어와 베트남어 내용을 모두 숙지했다면 이번에는 키워드만 보고 말하는 연습을 해보세요.

Đảo Jeju : núi Halla, bãi biển trong xanh, có nhiều món ăn ngon (thịt lợn đen nướng, hải sản tươi ngon)

35 한국에서 여행을 하기에 좋은 계절과 각 계절에 가기 좋은 관광지는 어디인가요?

 Track 035

**Theo anh/chị, mùa đẹp nhất để du lịch ở Hàn Quốc là mùa nào?
Và hãy cho biết điểm du lịch đáng đi vào mỗi mùa.**

1 답안을 읽어보자

Theo em thì, mùa xuân và mùa thu đẹp nhất. Vì trời đẹp, không nóng cũng không lạnh,
và có thể ngắm hoa nở, lá phong v.v..
Và vào mùa xuân, em muốn giới thiệu vịnh Suncheon cho du khách.
Vịnh Suncheon là một trong những vùng đầm lầy còn nguyên vẹn nhất trong trái đất.
Vào mùa hè, em muốn giới thiệu bãi biển Haeundae ở Busan.
Còn mùa thu, em muốn giới thiệu núi Naejang ở tỉnh Jeonla.
Phong cảnh lá phong ở núi Naejang rất nổi tiếng.
Mùa đông, em muốn giới thiệu khu trượt tuyết Yong Pyeong ở Pyeong Chang.
Pyeong Chang là nơi tổ chức đại hội Olympic mùa đông năm 2018.

2 뜻을 살펴보자

제 생각에 봄과 가을이 가장 아름답습니다. 왜냐하면 날이 좋고, 덥지도 춥지도 않고,
꽃이 피는 것과 단풍 등을 볼 수 있습니다.
그리고 저는 봄에는 관광객에게 순천만을 소개해 드리고 싶습니다.
순천만은 지구상 가장 그대로 보존된 습지 중 하나입니다.
저는 여름에는 부산에 있는 해운대를 소개해 드리고 싶습니다.
그리고 저는 가을에는 전라도에 있는 내장산을 소개해 드리고 싶습니다.
내장산의 단풍 풍경은 굉장히 유명합니다.
저는 겨울에는 평창에 있는 용평 스키장을 소개해 드리고 싶습니다.
평창은 2018년도 동계 올림픽을 개최한 곳입니다.

3 핵심 키워드만 보고 말해보자

한국어와 베트남어 내용을 모두 숙지했다면 이번에는 키워드만 보고 말하는 연습을 해보세요.

**mùa xuân (vịnh Suncheon), mùa hè (bãi biển Haeundae)
mùa thu (núi Naejang), mùa đông (khu trượt tuyết Yong Pyeong)**

Track 036

> **Nếu giới thiệu một quà lưu niệm cho du khách Việt Nam, thì sẽ giới thiệu hàng gì?**

❶ 답안을 읽어보자

Em sẽ giới thiệu mỹ phẩm, hồng sâm, rong biển khô của Hàn Quốc.

Hồng sâm, nhân sâm Hàn Quốc nổi tiếng khắp thế giới, rất tốt cho sức khỏe.

Còn mỹ phẩm như mặt nạ và rong biển khô, vừa rẻ tiền vừa nhỏ nên tốt để mua về Việt Nam.

❷ 뜻을 살펴보자

한국의 화장품, 홍삼, 김 등을 소개하겠습니다.

한국의 홍삼, 인삼은 세계적으로 유명하고 건강에 굉장히 좋습니다.

그리고 마스크 팩 같은 화장품이나 김은 저렴하면서 (부피가) 작기 때문에 베트남에 사가기 좋습니다.

❸ 핵심 키워드만 보고 말해보자

한국어와 베트남어 내용을 모두 숙지했다면 이번에는 키워드만 보고 말하는 연습을 해보세요.

hồng sâm, mỹ phẩm (mặt nạ), rong biển khô, nồi cơm điện, đồ điện tử

37 현재 한국과 베트남의 관계는 어떤가요?

Hiện nay, quan hệ Hàn Quốc và Việt Nam ra sao?

❶ 답안을 읽어보자

Hàn Quốc và Việt Nam đã thiết lập quan hệ ngoại giao vào năm 1992.

Từ khi đó, Hàn Quốc và Việt Nam giao lưu trong nhiều lĩnh vực đa dạng.

Và càng ngày càng có nhiều người Hàn Quốc đến thăm Việt Nam, và nhiều người Việt Nam đến thăm Hàn Quốc.

Em mong quan hệ hai nước sẽ ngày càng chặt chẽ hơn.

❷ 뜻을 살펴보자

한국과 베트남은 1992년도에 외교 관계를 수립하였습니다.

그때부터, 한국과 베트남은 다양한 영역에서 교류하였습니다.

그리고 날이 갈수록 많은 한국 사람이 베트남을 방문하고, 많은 베트남 사람이 한국을 방문합니다.

저는 양국의 관계가 날이 갈수록 더욱 더 끈끈해지길 바랍니다.

❸ 핵심 키워드만 보고 말해보자

한국어와 베트남어 내용을 모두 숙지했다면 이번에는 키워드만 보고 말하는 연습을 해보세요.

thiết lập quan hệ ngoại giao vào năm 1992, giao lưu trong nhiều lĩnh vực đa dạng

Track 038

> **Hãy so sánh văn hóa Hàn Quốc và Việt Nam.**

① 답안을 읽어보자

Do ảnh hưởng của Nho giáo, Hàn Quốc và Việt Nam đều
coi trọng hiếu và gia đình, kính trọng người cao tuổi, thờ cúng tổ tiên.
Ngoài ra, có văn hóa ăn bằng đũa và thìa, người Hàn Quốc và Việt Nam đều giàu tình cảm.
Ngược lại, Việt Nam thì có văn hóa ăn sáng ở ngoài, ngủ trưa nhưng Hàn Quốc thì không.
Và người Hàn Quốc thích 'nhanh và nhanh' nên thường ăn nhanh, làm nhanh và đi nhanh.
Nhưng người Việt Nam thì thoải mái hơn.

② 뜻을 살펴보자

유교의 영향에 의해 한국과 베트남은 모두
효와 가족을 중요시 여기고, 어른을 공경하고, 조상에게 제사를 지냅니다.
그밖에 젓가락과 숟가락으로 먹는 문화를 가지고 있고, 한국 사람과 베트남 사람 모두 정이 많습니다.
반면에, 베트남은 밖에서 아침을 먹고, 낮잠을 자는 문화가 있지만, 한국은 없습니다.
그리고 한국 사람들은 '빠르고 빠른 것'을 좋아하여 보통 빨리 먹고, 빨리하고, 빨리 갑니다.
하지만 베트남 사람들은 더 여유가 있습니다.

③ 핵심 키워드만 보고 말해보자

한국어와 베트남어 내용을 모두 숙지했다면 이번에는 키워드만 보고 말하는 연습을 해보세요.

Nét tương đồng : coi trọng hiếu và gia đình, kính trọng người cao tuổi, thờ cúng tổ tiên, ăn bằng đũa và thìa, đều giàu tình cảm
Nét khác nhau : Việt Nam có văn hóa ăn sáng ở ngoài, ngủ trưa, Hàn Quốc thích làm nhanh

39 2018년에 방한한 베트남 관광객 수가 얼마나 되는지 알고 있나요?

Anh/Chị có biết số du khách Việt Nam đến thăm Hàn Quốc vào năm 2018 ra sao không?

1 답안을 읽어보자

Theo em biết, có hơn 400 ngàn người Việt Nam đến thăm Hàn Quốc vào năm 2018. Và hàng năm, tỷ lệ du khách Việt Nam đến thăm Hàn Quốc ngày càng tăng. Cho nên, em nghĩ Hàn Quốc phải đào tạo thêm hướng dẫn viên du lịch tiếng Việt.

2 뜻을 살펴보자

제가 아는 바에 따르면, 2018년에 방한 한 베트남 사람은 40만 명 이상입니다. 그리고 매년 방한하는 베트남 관광객 비율이 날이 갈수록 증가하고 있습니다. 그렇기 때문에, 제 생각에 한국은 베트남어 관광통역안내사를 더 양성해야 합니다.

3 핵심 키워드만 보고 말해보자

한국어와 베트남어 내용을 모두 숙지했다면 이번에는 키워드만 보고 말하는 연습을 해보세요.

hơn 400 ngàn người, hàng năm → tăng lên

한국을 방문하는 동남아시아 관광객의 비율이 나날이 증가하고 있지만,
관광통역안내사는 부족합니다. 이 점에 대해 어떻게 생각하나요?

> **Tỷ lệ du khách Đông Nam Á đến thăm Hàn Quốc ngày càng tăng nhưng lại không đủ hướng dẫn viên để phục vụ. Anh/Chị nghĩ thế nào về điều này?**

❶ 답안을 읽어보자

Em nghĩ đây là vấn đề. Và do không đủ hướng dẫn viên nên mới có nhiều hướng dẫn viên hoạt động bất hợp pháp làm việc. Hàn Quốc phải tích cực đào tạo thêm hướng dẫn viên Đông Nam Á để thu hút du khách Đông Nam Á và giới thiệu đúng về Hàn Quốc.

❷ 뜻을 살펴보자

제 생각에 이는 문제입니다. 그리고 관광통역안내사가 충분하지 않기 때문에 많은 불법 가이드들이 일을 하는 것입니다.
한국은 적극적으로 동남아시아 관광통역안내사를 추가 양성하여 동남아시아 관광객을 유치하고 한국에 대해 올바르게 소개해야 합니다.

❸ 핵심 키워드만 보고 말해보자

한국어와 베트남어 내용을 모두 숙지했다면 이번에는 키워드만 보고 말하는 연습을 해보세요.

- vấn đề → phải tích cực đào tạo thêm hướng dẫn viên Đông Nam Á
- đây là lý do có nhiều hướng dẫn viên hoạt động bất hợp pháp

Anh/Chị nghĩ loại hình kinh doanh du lịch nào có triển vọng nhất?

① 답안을 읽어보자

Em nghĩ ngành du lịch y tế và du lịch MICE rất có triển vọng.
Vì trình độ y tế Hàn Quốc rất cao và Hàn Quốc có nhiều trung tâm hội thảo rất lớn như BEXCO, COEX, KINTEX v.v. nên thích hợp cho du lịch MICE.

② 뜻을 살펴보자

제 생각에는 의료 관광과 마이스 관광이 전망이 좋습니다.
왜냐하면 한국은 의료 수준이 높고 한국에는 BEXCO, COEX, KINTEX 등과 같은 큰 컨벤션이 많기 때문에 마이스 관광에 굉장히 적합합니다.

③ 핵심 키워드만 보고 말해보자

한국어와 베트남어 내용을 모두 숙지했다면 이번에는 키워드만 보고 말하는 연습을 해보세요.

ngành du lịch y tế, ngành du lịch MICE (Meeting-gặp gỡ, Incentive-khen thưởng, Conventions-hội thảo, Exhibition-triển lãm)

> **Theo anh/chị việc tham quan cố cung vào ban đêm có những vấn đề gì?**

❶ 답안을 읽어보자

Theo em, nhiều người đến thăm cố cung vào ban đêm, làm cho cố cung dơ bẩn.

Hơn nữa, em thấy nhiều người thiếu ý thức bảo tồn di sản, họ muốn sờ vào di sản, làm hủy hoại di sản.

Cho nên em nghĩ Hàn Quốc phải hạn chế thời gian và lượng người tham quan, lắp đặt máy quét an ninh để bảo vệ di sản.

❷ 뜻을 살펴보자

제 생각에 많은 사람이 야간에 고궁을 방문하여 고궁을 더럽힙니다.

게다가 유산 보존에 대한 의식이 부족한 사람이 많아, 유산을 만지고 싶어 하고, 유산을 훼손합니다.

그렇기 때문에, 제 생각에 한국은 관람 시간과 관관객 수를 제한하고 보안 수색 기계를 설치하여 유산을 보호해야 합니다.

❸ 핵심 키워드만 보고 말해보자

한국어와 베트남어 내용을 모두 숙지했다면 이번에는 키워드만 보고 말하는 연습을 해보세요.

làm cố cung dơ bẩn → giới hạn thời gian, lượng người tham quan, lắp đặt máy quét an ninh

43 유네스코 등재 기준은 무엇인가요?

> **Để được ghi vào danh sách di sản thế giới, phải đáp ứng được tiêu chí nào?**

❶ 답안을 읽어보자

Theo em biết thì có 4 tiêu chuẩn quan trọng nhất để được UNESCO chọn làm di sản thế giới.

Thứ nhất là, phải có tính chân thật, có nghĩa là phải được nguyên vẹn, không phải là nhân tạo.

Thứ hai là, tính hoàn thiện, có nghĩa là phải cho thấy đủ giá trị của di sản.

Thứ ba là, phải có luật bảo vệ di sản.

Cuối cùng là, phải có giá trị phổ biến. Có nghĩa là ai cũng phải đồng ý là đây có giá trị về mặt di sản

Dựa trên 4 tiêu chuẩn này thì, em nghĩ ʻnhà tù Seodaemunʼ cũng nên được chọn làm di sản thế giới.

❷ 뜻을 살펴보자

제가 아는 바에 따르면, 유네스코에 의해 세계유산으로 등재되기 위해서는 가장 중요한 4가지 기준을 충족해야 합니다.

첫째, 진실성이 충족되어야 합니다, 인공적인 것이 아닌, 원상태 그대로여야 한다는 뜻입니다.

둘째, 완전성이 충족되어야 합니다. 유산의 가치를 충분히 보여주어야 한다는 뜻입니다.

셋째, 유산을 보호하는 법이 있어야 합니다.

마지막으로, 보편적 가치가 충족되어야 합니다. 누구나 이것이 유산으로서 가치가 있다고 동의해야 한다는 뜻입니다.

이 4가지 기준에 의거하여, ʻ서대문 형무소ʼ 역시 세계유산으로 지정되어야 한다고 생각합니다.

❸ 핵심 키워드만 보고 말해보자

한국어와 베트남어 내용을 모두 숙지했다면 이번에는 키워드만 보고 말하는 연습을 해보세요.

tính chân thật, tính hoàn thiện, luật bảo vệ di sản, giá trị phổ biến

44 유네스코 문화유산으로 지정되면 좋은 점은 무엇인가요?

 Track 044

> **Được chọn làm di sản văn hóa thế giới thì có gì tốt?**

❶ 답안을 읽어보자

Nếu được chọn làm di sản văn hóa thế giới thì :

Thứ nhất, sẽ được trung tâm di sản văn hóa thế giới, quỹ di sản văn hóa thế giới hỗ trợ.

Thứ hai, sẽ được nhiều người biết đến và có thể thu hút du khách nước ngoài.

Thứ ba, người dân sẽ lấy làm tự hào về di sản và sẽ cố gắng bảo tồn để không bị phá hủy.

❷ 뜻을 살펴보자

세계문화유산으로 지정되면,

첫째, 세계문화유산센터, 세계문화유산기금으로부터 지원을 받습니다.

둘째, 많은 사람이 알게 되고 외국인 관광객을 유치할 수 있습니다.

셋째, 주민들이 유산에 대해 자부심을 갖고 훼손 되지 않도록 보존하고자 노력할 것입니다.

❸ 핵심 키워드만 보고 말해보자

한국어와 베트남어 내용을 모두 숙지했다면 이번에는 키워드만 보고 말하는 연습을 해보세요.

- **được hỗ trợ (trung tâm di sản văn hóa thế giới, quỹ di sản văn hóa thế giới)**
- **được nhiều người biết đến**
- **người dân lấy làm tự hào → cố gắng bảo tồn di sản**

45 한국에는 몇 개의 세계문화유산이 있고, 추가로 유네스코 문화유산으로 추천하고 싶은 것은 무엇인가요?

🔊 Track 045

Hàn Quốc có bao nhiêu di sản văn hóa thế giới? Và theo anh/chị thì cái nào nên được chọn làm di sản văn hóa thế giới nữa?

❶ 답안을 읽어보자

Hiện nay Hàn Quốc có 1 di sản thiên nhiên thế giới và 13 di sản văn hóa thế giới.

Ngoài đấy ra, em nghĩ 'nhà tù Seodaemun' phải được chọn làm di sản văn hóa thế giới.

Nhà tù Seodaemun là nơi giam giữ chí sĩ, liệt sĩ kháng Nhật và nhà hoạt động dân chủ dân tộc.

Nơi đây lưu giữ những dấu tích lịch sử cận hiện đại đau buồn và đầy biến động của Hàn Quốc.

Vì thế, nhà tù Seodaemun mang giá trị lịch sử và được bảo tồn gần như nguyên vẹn.

❷ 뜻을 살펴보자

현재 한국에는 1개의 세계자연유산이 있고 13개의 세계문화유산이 있습니다.

이 밖에 제 생각에는 '서대문 형무소'가 세계문화유산으로 지정되어야 한다고 생각합니다.

서대문 형무소는 일본에 대항한 지사, 열사와 민족 민주주의 운동가를 가둔 곳입니다.

이곳은 한국의 다사다난하고 슬픈 근현대 역사의 흔적을 갖고 있습니다.

그렇기 때문에, 서대문 형무소는 역사적 가치가 있고, 거의 원래대로 보존 되었습니다.

❸ 핵심 키워드만 보고 말해보자

한국어와 베트남어 내용을 모두 숙지했다면 이번에는 키워드만 보고 말하는 연습을 해보세요.

- 1 di sản thiên nhiên thế giới + 13 di sản văn hóa thế giới
- nhà tù Seodaemun → nhà tù giam giữ những chí sĩ, liệt sĩ kháng Nhật và nhà hoạt động dân chủ dân tộc → lưu giữ những dấu tích lịch sử cận hiện đại đau buồn, đầy biến động của Hàn Quốc

Track 046

> Anh/Chị hãy giải thích một chút về làn sóng Hallyu. Để mở rộng, phát triển Hallyu, chúng ta phải làm gì?

1 답안을 읽어보자

Làn sóng Hallyu là hiện tượng văn hóa đại chúng của Hàn Quốc như: phim ảnh, âm nhạc v.v. được nhiều người trên thế giới yêu thích.

Và để phát triển Hallyu, chúng ta phải tích cực quảng bá bộ phim, k-pop qua mạng xã hội, Youtube v.v..

Ngoài ra, phải phát triển các sản phẩm du lịch có nội dung văn hóa như tour ẩm thực Hàn Quốc, tour kết hợp với xem k-pop để mở rộng cơ hội kinh nghiệm văn hóa Hàn Quốc cho du khách nước ngoài.

2 뜻을 살펴보자

한류는 영화, 음악 등과 같은 한국의 대중문화가 세계의 많은 사람에게 사랑을 받는 현상입니다.

그리고 한류를 발전시키기 위해서는, 유튜브, SNS 등을 통해 적극적으로 한국의 영화와 k-pop을 홍보해야 합니다.

그밖에 k-pop과 결합한 관광상품, 한식 관광상품과 같이 문화 내용을 담은 관광상품을 개발하여 외국인에게 한국 문화를 체험할 수 있는 기회를 확대해야 합니다.

3 핵심 키워드만 보고 말해보자

한국어와 베트남어 내용을 모두 숙지했다면 이번에는 키워드만 보고 말하는 연습을 해보세요.

- Hallyu : hiện tượng văn hóa đại chúng của Hàn Quốc được nhiều người trên thế giới yêu thích
- để phát triển Hallyu → phát triển du lịch văn hóa (tour ẩm thực Hàn Quốc, tour kết hợp với xem k-pop)

47 한류 팬에게 관광지를 추천한다면, 어디를 추천할 것인가요?

Nếu du khách là fan hâm mộ Hallyu, anh/chị sẽ giới thiệu nơi nào?
Anh/Chị hãy giới thiệu điểm du lịch dành cho người hâm mộ Hallyu.

① 답안을 읽어보자

Em sẽ giới thiệu đảo Nam-I với khách. Đảo Nam-I là nơi quay nhiều bộ phim nổi tiếng như 'bản tình ca mùa đông'. Và ở đảo Nam-I có nhiều phong cảnh đẹp như hàng cây ngân hạnh, hàng cây thủy sam(metasequoia), hồ CheongPyeong v.v.. Ngoài ra, ở đảo Nam-I du khách có thể ăn những món ăn ngon như sườn gà nướng.

② 뜻을 살펴보자

저는 고객에게 남이섬을 소개하겠습니다. 남이섬은 '겨울연가' 같은 많은 유명한 드라마를 촬영한 곳입니다. 그리고 남이섬은 메타세쿼이아 길, 은행나무 길, 청평호수 등과 같은 아름다운 풍경이 많습니다. 그밖에 남이섬에서 관광객은 닭갈비 같은 맛있는 음식들을 먹을 수 있습니다.

③ 핵심 키워드만 보고 말해보자

한국어와 베트남어 내용을 모두 숙지했다면 이번에는 키워드만 보고 말하는 연습을 해보세요.

Đảo Nam-I : quay nhiều bộ phim nổi tiếng (bản tình ca mùa đông), hàng cây ngân hạnh, hồ CheongPyeong, món ăn ngon

Track 048

> **Để quảng bá ẩm thực Hàn Quốc ra khắp thế giới, phải làm thế nào?**

① 답안을 읽어보자

Để ẩm thực Hàn Quốc được nhiều người biết đến:

Thứ nhất, Hàn Quốc phải tích cực quảng bá sự ưu tú của ẩm thực Hàn Quốc qua mạng xã hội, tour ẩm thực Hàn Quốc v.v..

Vì món ăn Hàn Quốc không nhiều dầu mỡ và dùng nhiều rau nên đầy chất dinh dưỡng.

Thứ hai, phải kết hợp món Hàn Quốc với các món đa dạng để cho hợp khẩu vị của người nước ngoài.

Ví dụ như kết hợp Kimchi với bánh hamburger, làm ra burger Kimchi.

② 뜻을 살펴보자

한국 음식을 많은 사람에게 알리기 위해서는,

첫째, 한국은 한식 투어 등과 SNS를 통해 한국 음식의 우수성을 적극적으로 알려야 합니다.

왜냐하면 한국 음식은 기름기가 많지 않고 채소를 많이 사용하여 영양소가 풍부합니다.

둘째, 한국 음식과 다양한 음식을 결합하여 외국인 입맛에 맞게 (변형)해야 합니다.

예를 들어 김치와 햄버거를 결합하여, 김치 버거를 만들어 내는 것입니다.

③ 핵심 키워드만 보고 말해보자

한국어와 베트남어 내용을 모두 숙지했다면 이번에는 키워드만 보고 말하는 연습을 해보세요.

- quảng bá sự ưu tú của ẩm thực Hàn Quốc (đầy chất dinh dưỡng) → qua tour ẩm thực Hàn Quốc, mạng xã hội
- kết hợp món Hàn Quốc với các món đa dạng (burger Kimchi)

④ 이것도 고민해보자

Q Thế, nếu chọn một món Hàn Quốc để quảng bá thì anh/chị sẽ chọn món gì?

그렇다면, 만약 한국 음식 한 가지를 정해 (세계에) 알린다면 무엇으로 정할 것인가요?

A **Theo em, em sẽ quảng bá món gà hầm sâm. Vì món gà hầm sâm rất bổ dưỡng và không cay nên hợp khẩu vị của tất cả những người trên thế giới.**

저는 삼계탕을 홍보할 것입니다. 왜냐하면 삼계탕은 굉장히 몸에 좋고 맵지 않아 세계에 있는 모든 사람의 입맛에 맞기 때문입니다.

49 관광에 영향을 미치는 요인은 무엇인가요?

Theo anh/chị, những nhân tố tác động đến ngành du lịch là gì?

1 답안을 읽어보자

Theo em, thứ nhất là chi phí. Để thu hút nhiều du khách, phí du lịch không được quá cao.
Thứ hai là quan hệ ngoại giao. Tùy theo quan hệ quốc gia, người nước ngoài có thể bị cấm
du lịch Hàn Quốc.
Ngoài ra, điểm du lịch, yếu tố ngẫu nhiên như khí hậu, dịch bệnh v.v. cũng tác động đến
ngành du lịch.

2 뜻을 살펴보자

제 생각에 첫째는 비용입니다. 많은 관광객을 유치하기 위해, 여행 경비는 너무 비싸면 안 됩니다.
둘째는 외교 관계입니다. 국가 간 관계에 따라, 외국인의 한국 여행이 금해질 수 있기 때문입니다.
그밖에 기후, 전염병 등과 같은 우연적 요소, 관광지 역시 관광에 영향을 줍니다.

3 핵심 키워드만 보고 말해보자

한국어와 베트남어 내용을 모두 숙지했다면 이번에는 키워드만 보고 말하는 연습을 해보세요.

chi phí, quan hệ ngoại giao, điểm du lịch, yếu tố ngẫu nhiên (khí hậu, dịch bệnh)

Track 050

> **Theo anh/chị, nếu Joseon thống nhất thì ngành du lịch sẽ thay đổi thế nào?**

① 답안을 읽어보자

Theo em, nếu Nam Bắc Hàn thống nhất thì,
ngành du lịch Hàn Quốc sẽ phát triển vượt bậc.
Bắc Hàn có nhiều tài nguyên và thiên nhiên chưa bị ô nhiễm như núi Baekdu, khu phi quân sự DMZ, nên sẽ có thể thu hút nhiều du khách nước ngoài hơn bây giờ.

② 뜻을 살펴보자

제 생각에 남북한이 통일하면,
한국의 관광업은 비약적으로 발전할 것입니다.
북한은 백두산과 비무장지대 DMZ 같이 아직 오염이 되지 않은 자연과 자원이 많기 때문에 지금보다 더 많은 관광객을 유치할 수 있을 것입니다.

③ 핵심 키워드만 보고 말해보자

한국어와 베트남어 내용을 모두 숙지했다면 이번에는 키워드만 보고 말하는 연습을 해보세요.

phát triển vượt bậc : Bắc Hàn (tài nguyên, thiên nhiên chưa bị ô nhiễm)

제2장

한국의 유네스코
등재유산

01 한국의 세계문화유산에 대해 소개해보세요.

Anh/Chị hãy giới thiệu về di sản văn hóa thế giới của Hàn Quốc.

❶ 답안을 읽어보자

Hiện nay Hàn Quốc có 1 di sản thiên nhiên thế giới và 13 di sản văn hóa thế giới là : động Seokguram và chùa Bulguk, điện tàng kinh bản chùa Haein, Tông Miếu, cung Xương Đức, pháo đài Hwaseong, khu di tích lịch sử thành phố Gyeongju, di tích mộ đá ở Gochang Hwasun và Ganghwa, Seowon v.v..

Trong đó, em thích động Seokguram và chùa Bulguk, Cung Xương Đức và pháo đài Hwaseong. Động Seokguram và chùa Bulguk là di tích phật giáo của thời Silla. Cung Xương Đức là cung điện thời Joseon, được xây dựng hài hòa với thiên nhiên. Pháo đài Hwaseong là pháo đài được vua Jeongjo xây dựng để củng cố vương quyền.

❷ 뜻을 살펴보자

현재 한국에는 1개의 세계자연유산과 13개의 세계문화유산이 있는데 : 석굴암과 불국사, 해인사 장경판전, 종묘, 창덕궁, 수원화성, 경주역사 유적지구, 고창·화순·강화의 고인돌 유적, 서원 등이 있습니다.

그중에 저는 석굴암과 불국사, 창덕궁, 수원화성을 좋아합니다. 석굴암과 불국사는 신라 시대 불교 유적지입니다. 창덕궁은 조선 시대 궁으로, 자연과 조화롭게 지어졌습니다. 수원화성은 왕권을 공고히 하고자 정조가 지은 요새입니다.

❸ 핵심 키워드만 보고 말해보자

한국어와 베트남어 내용을 모두 숙지했다면 이번에는 키워드만 보고 말하는 연습을 해보세요.

- **13 di sản văn hóa thế giới: động Seokguram và chùa Bulguk, điện tàng kinh bản chùa Haein, Tông Miếu, cung Xương Đức, pháo đài Hwaseong v.v.**
- **1 di sản thiên nhiên thế giới: đảo núi lửa Jeju và ống dung nham**

숫자	년도	세계문화유산 및 세계자연유산	
1	1995	해인사 장경판전	Điện tàng kinh bản của chùa Haeinsa
2	1995	종묘	Tông Miếu
3	1995	석굴암·불국사	Động Seokgul & chùa Bulguk
4	1997	창덕궁	Cung Xương Đức
5	1997	수원화성	Pháo đài Hwaseong
6	2000	고창·화순·강화 고인돌 유적	Di tích mộ đá ở Gochang, Hwasun và Ganghwa
7	2000	경주역사유적지구	Khu di tích lịch sử thành phố GyeongJu
8	2007	제주 화산섬과 용암 동굴	Đảo núi lửa Jeju và ống dung nham
9	2009	조선왕릉	Quần thể lăng tẩm triều đại Joseon
10	2010	한국의 역사마을: 하회와 양동	Làng cổ Hahoe và Yangdong
11	2014	남한산성	Tường thành Namhansanseong
12	2015	백제역사유적지구	Quần thể di tích lịch sử vương triều Baekje
13	2018	산사, 산지 승원	Ngôi chùa cổ trên núi
14	2019	한국의 서원	Thư viện cổ (Trường học nho giáo) Seowon

해인사 장경판전
Điện tàng kinh bản của chùa Haeinsa

❶ 답안을 읽어보자

Điện tàng kinh bản là nơi bảo quản Palmandaejanggyeong(Bát vạn đại trường kinh). Và Palmandaejanggyeong là 80.000 bản kinh khắc gỗ về lời dạy của Phật, cầu mong Đức Phật sẽ cho sức mạnh, giúp Goryeo chống lại quân Mông Cổ. Đại trường kinh này là đại trường kinh khắc gỗ lâu đời nhất và được bảo tồn đến ngày nay.

Nơi bảo quản đại trường kinh điện tàng kinh bản là công trình kiến trúc có tính khoa học, giúp gió lưu thông và điều chỉnh độ ẩm và nhiệt độ một cách hiệu quả. Nhờ đó, có thể bảo tồn Palmandaejanggyeong một cách nguyên vẹn. Do đó, điện tàng kinh bản được UNESCO công nhận là di sản văn hóa thế giới.

Còn Palmandaejanggyeong được UNESCO công nhận là di sản tư liệu thế giới.

❷ 뜻을 살펴보자

장경판전은 팔만대장경을 보관하는 곳입니다.

그리고 팔만대장경은 부처님의 말씀을 수록한 8만여 권의 목판인데, 부처님께서 힘을 주시어 고려가 몽골군을 물리칠 수 있도록 해달라는 염원을 담았습니다. 이 대장경은 가장 오래 된 대장경 목판이고, 오늘날까지 보존되었습니다.

대장경을 보관하는 장경판전은 매우 과학적인 건축물로, 원활한 통풍을 가능케 하고, 효과적으로 습도와 온도를 조절합니다.

덕분에, 팔만대장경을 온전히 보존할 수 있었습니다. 따라서, 장경판전은 유네스코에 의해 세계문화유산으로 지정되었습니다.

그리고 팔만대장경은 유네스코에 의해 세계기록유산으로 지정되었습니다.

종묘
Tông Miếu

❶ 답안을 읽어보자

Tông Miếu là đền thờ của hoàng gia, là lăng miếu tưởng niệm các vị vua và hoàng hậu của triều đại Joseon. Du khách có thể tham quan theo thứ tự : từ Jaegung đến Yeongnyeongjeon. Jaegung là nơi vua chuẩn bị nghi lễ, Jeonsacheong là nơi chuẩn bị bàn cúng. Jeongjeon và Yeongnyeongjeon là nơi tế lễ. Tông Miếu được UNESCO chọn làm di sản văn hóa thế giới do giá trị cao về mặt lịch sử, kiến trúc, nghi lễ truyền thống v.v.. Nhất là, cho thấy sự ảnh hưởng của Nho giáo trong việc xây dựng và được bảo tồn nguyên vẹn từ thế kỷ 17. Hơn nữa , nghi lễ vẫn được tiến hành đến ngày nay, cho nên du khách có thể cảm nhận văn hóa truyền thống Hàn Quốc tại đây. Tông Miếu nằm ở phía tay trái cung Cảnh Phúc, còn Đàn Xã Tắc nằm ở phía tay phải cung Cảnh Phúc. Đàn Xã Tắc là một trong các loại đàn tế cổ, được các vị vua cho lập để tế Xã thần(Thần Đất) và Tắc thần(Thần Nông).

② 뜻을 살펴보자

종묘는 왕가의 사당으로, 조선 시대 왕과 왕비를 기리는 사당입니다. 관광객은 재궁(어숙실)에서 영녕전까지 순서에 따라 관람할 수 있습니다. 재궁은 왕이 의례를 준비하는 곳이고, 전사청은 제사상을 준비하는 곳입니다. 정전과 영녕전은 제례를 행하는 곳입니다. 종묘는 역사, 건축, 전통의례 측면에서 가치가 높아 유네스코에 의해 세계문화유산으로 지정되었습니다. 특히나 건축 과정에서 유교의 영향을 보여주었고, 17세기부터 그대로 보존이 되었기 때문입니다. 게다가, 의례는 오늘날까지 여전히 진행되고 있어, 관광객은 이곳에서 한국의 전통문화를 느낄 수 있습니다. 종묘는 경복궁의 좌측에 있고, 사직(단)은 경복궁의 우측에 있습니다. 사직단은 옛 제단 중 하나로, 토신과 곡신께 제사를 지내기 위해 왕에 의해 지어졌습니다.

1-3 석굴암과 불국사
Động Seokgul và chùa Bulguk

① 답안을 읽어보자

Động Seokgul và chùa Bulguk đều được xây dựng vào thời vua Gyeongdeok, thời Silla thống nhất do Kim Dae Seong.

Động Seokgul là ngôi đền trong hang động lớn nhất Hàn Quốc và theo truyền thuyết thì Kim Dae Seong đã xây dựng động Seokgul dành cho bố mẹ kiếp trước của ông. Động Seokgul có gian chính hình tròn thờ tượng Phật cao 3,5 mét, và gian phụ để cầu nguyện. Kiến trúc này cho thấy quan niệm "trời tròn, đất vuông" của người Silla. Động Seokgul cho thấy tư tưởng và kỹ thuật xây dựng Phật giáo, tính nghệ thuật v.v..

Còn chùa Bulguk được xây dựng theo giáo lý đạo Phật và chia thành những không gian như điện Daeung, điện Geuknak, điện Biro, điện Gwaneum.

Điện Daewung là nơi thờ Đức Phật Thích Ca Mâu Ni, tượng trưng cho thế giới hiện thực.

Điện Geuknak là nơi thờ A Di Đà Phật, tương trưng cho thế giới Cực Lạc

Điện Biro là nơi thờ Bi Lô Già Na Phật, tương trưng cho chân lý tuyệt đối.

Điện Gwaneum là nơi thờ Quan Thế Âm Bồ Tát, tượng trưng cho từ bi.

Và tại chùa Bulguk có nhiều quốc bảo như tháp Dabo, tháp Seokga v.v..

Do đó động Seokgul và chùa Bulguk được UNESCO công nhận là di sản thế giới.

② 뜻을 살펴보자

석굴암과 불국사는 모두 김대성에 의해 통일신라 시대 경덕왕 때 지어졌습니다.

석굴암은 한국에서 가장 큰 동굴 안에 있는 사찰이고, 전설에 의하면 김대성은 자신의 전생의 부모님을 위해 석굴암을 지었다고 합니다. 석굴암은 3.5m의 부처상을 모신 원형의 주실과 참배를 드리는 사각형의 전실이 있습니다. 이 건축형식은 신라 사람들의 '천원지방' 사상을 보여줍니다. 석굴암은 불교의 사상과 건축 기술, 예술성 등을 보여줍니다.

그리고 불국사는 불교 교리에 따라 지어졌으며 대웅전, 극락전, 비로전, 관음전과 같은 공간으로 나누어졌습니다.

대웅전은 석가모니를 모신 곳으로, 현실 세계를 상징합니다.

극락전은 아미타불을 모신 곳으로, 사후 극락세계를 상징합니다.

비로전은 비로자나불을 모신 곳으로, 절대 진리를 상징합니다.

관음전은 관세음보살을 모신 곳으로, 자비를 상징합니다.

그리고 불국사에는 다보탑, 석가탑 등과 같은 국보가 많습니다.

따라서, 석굴암과 불국사는 유네스코에 의해 세계유산으로 지정되었습니다.

<table>
<tr><td>1-4</td><td>창덕궁
Cung Xương Đức</td></tr>
</table>

❶ 답안을 읽어보자

Cung Xương Đức được xây dựng vào năm 1405. Cung chính là cung Cảnh Phúc còn cung Xương Đức là cung phụ. Nhưng thực ra, cung Xương Đức được sử dụng như cung chính trong thời gian lâu dài nhất triều đại Joseon. Do cuộc chiến tranh Nhâm Thìn, hầu hết mọi cung điện đã bị phá hủy, và được khôi phục lại sau chiến tranh. Trong đó, cung Xương Đức được xây dựng lại đầu tiên. Đặc điểm của cung Xương Đức là không phá hủy môi trường tự nhiên mà xây dựng theo địa hình vốn có. Cổng chính của cung Xương Đức là Donhwamun và theo nguyên tắc thì cổng chính và điện chính phải nằm trong một đường thẳng. Nhưng cổng Donhwamun thì nằm ở phía tây điện chính vì phía trước điện chính có Tông Miếu. Ngoài ra, khu vườn của cung Xương Đức là khu vườn tự nhiên rất hiếm thấy, nên rất có ý nghĩa. Năm 1997, UNESCO đã công nhận cung Xương Đức là di sản văn hóa thế giới.

❷ 뜻을 살펴보자

창덕궁은 1405년에 지어졌습니다. 정궁은 경복궁이고 창덕궁은 이궁입니다. 하지만 사실, 창덕궁은 조선 시대 때 가장 오랫동안 정궁처럼 사용되었습니다. 임진왜란으로 인해서, 대부분의 궁궐이 훼손되었고, 전쟁 후에 복구되었습니다. 그중, 창덕궁이 가장 먼저 재건되었습니다. 창덕궁의 특징은 자연환경은 훼손하지 않고 원래 지형 그대로 지었다는 것입니다. 창덕궁의 정문은 돈화문인데 원칙에 따르면 정문과 정전은 일직선 상에 위치해야 합니다. 하지만 돈화문은 정전의 서쪽에 위치했습니다, 왜냐하면 정전의 앞에 종묘가 있기 때문입니다. 그밖에 창덕궁의 후원은 자연적인 정원으로 굉장히 보기 드물고, 그래서 의미가 있습니다. 1997년, 창덕궁은 유네스코에 의해 세계문화유산으로 지정되었습니다.

<table>
<tr><td>1-5</td><td>수원화성
Pháo đài Hwaseong(Hoa Thành)</td></tr>
</table>

❶ 답안을 읽어보자

Sau khi vua JoengJo lên ngôi, ông đã dời mộ cha về núi Hwasan, và cho xây dựng Hoa Thành . Pháo đài Hwaseong được Jeong Yak Yong thiết kế theo lệnh vua JeongJo.
Lý do ông xây dựng Hoa Thành là để tỏ lòng hiếu nghĩa và củng cố vương quyền, thiết lập một nền chính trị vững mạnh. Ở giữa Hoa Thành có một thành phố nhỏ và được bao quanh bởi thành và thiết bị quân sự.
Khác với các cổng chính triều đại Joseon, cổng chính của Hoa Thành là cổng phía bắc, tên là Janganmun.
Pháo đài Hwaseong đã được UNESCO công nhận là di sản văn hóa thế giới vì cho thấy tính khoa học, tính độc đáo và sự hài hòa với tự nhiên. Trước đây, pháo đài Hwaseong đã từng bị phá hủy nhưng được khôi phục lại hoàn hảo với 'Nghi quỹ pháo đài HwaSeong'.

2 뜻을 살펴보자

정조가 왕위에 오른 후, 그는 아버지의 묘를 화산으로 옮기고, 수원화성을 짓게 하였습니다. 수원화성은 정조의 명으로 정약용에 의해 설계되었습니다. 그가 수원화성을 지은 이유는 그의 효심을 보여주고 왕권을 공고히 하여, 강한 정치 체제를 구축하기 위함이었습니다. 수원화성 중간에는 작은 도시가 하나 있는데, 이는 군사 설비와 성벽으로 에워싸여 있습니다.
조선 시대의 다른 정문과는 다르게, 수원화성의 정문은 북문으로, 이름은 장안문입니다.
수원화성은 자연과 조화롭고, 독창적이며 과학적이라 유네스코에 의해 세계문화유산으로 지정되었습니다. 수원화성은 과거에 훼손된 적이 있으나 <화성성역의궤>로 완벽히 복구되었습니다

1-6 고창 · 화순 · 강화 고인돌 유적
Di tích mộ đá ở Gochang, Hwasun và Ganghwa

1 답안을 읽어보자

Mộ đá được xếp bởi những phiến đá lớn chồng lên nhau và là mộ của người tiền sử Hàn Quốc nằm ở Gochang, Hwasun và Ganghwa. Đây được UNESCO chọn làm di sản văn hóa thế giới. Mộ đá có nhiều loại hình dạng như mộ hình bàn, mộ hình bàn cờ vây, mộ hình phản. Nơi này cho thấy rằng đã có nhà lãnh đạo vào thời kỳ đó. Trên thế giới, rất khó tìm thấy khu vực tập trung các ngôi mộ đá như thế này.

2 뜻을 살펴보자

고인돌은 거대한 바위들을 차곡차곡 쌓아 만든 것으로, 고창, 화순, 강화에 있는 한국 선사 시대 사람의 무덤입니다.
이는 유네스코에 의해 세계문화유산으로 지정되었습니다. 고인돌은 '탁자식 고인돌, 바둑판식 고인돌, 개석식 고인돌'과 같이 많은 종류가 있습니다. 이곳은 그 시대에 지도자가 있음을 보여줍니다. 세계에 이렇게 (한반도처럼) 고인돌이 집중되어 있는 지역을 찾기가 어렵습니다.

1-7 경주역사유적지구
Khu di tích lịch sử thành phố Gyeongju

1 답안을 읽어보자

Gyeongju là kinh đô của vương triều Silla và đã tồn tại trong bán đảo Hàn suốt nghìn năm. Cho nên khu di tích này giống như một bảo tàng sống ngoài trời rộng lớn với các ngôi chùa, cung, tháp, lăng v.v. cho thấy văn hóa truyền thống của vương triều Silla. Vì thế đây được UNESCO chọn là di sản thế giới.

2 뜻을 살펴보자

경주는 신라 왕국의 도읍이자 한반도에 천 년 동안 존재하였습니다.
그렇기 때문에 이곳은 사찰, 궁궐, 탑, 릉 등과 함께 살아있는 박물관과도 같으며, 신라 왕국의 전통문화를 보여줍니다.
그리하여 이곳은 유네스코에 의해 세계유산으로 지정되었습니다.

1-8 제주 화산섬과 용암동굴
Đảo núi lửa Jeju và ống dung nham

1 답안을 읽어보자

Đảo Jeju là hòn đảo lớn nhất ở Hàn Quốc và đảo này được hình thành do vụ nổ núi lửa hàng nghìn năm trước.

Jeju được UNESCO công nhận là di sản thiên nhiên thế giới và khu di sản Jeju bao gồm khu bảo hộ thiên nhiên núi Halla, đỉnh núi mặt trời mọc SeongSan và hệ thống ống dung nham Geomun Oreum.

Núi Halla và đỉnh núi mặt trời mọc SeongSan đều đóng vai trò quan trọng trong việc nghiên cứu hoạt động núi lửa trên thế giới, còn Geomun Oreum là hang nham thạch tiêu biểu, cho thấy vết tích phun trào của núi lửa.

2 뜻을 살펴보자

제주도는 한국에서 가장 큰 섬이자 수천 년 전 화산의 분출로 형성되었습니다.
제주는 유네스코에 의해 세계자연유산으로 지정되었으며, 제주 유산은 한라산 천연보호구역, 성산일출봉, 거문오름 용암동굴계를 포함합니다.
한라산과 성산일출봉은 모두 전 세계의 화산활동을 연구하는 데 중요한 역할을 하고 있으며, 거문오름은 대표적인 용암동굴로서 화산 분출 흔적이 잘 드러납니다.

1-9 조선왕릉
Quần thể lăng tẩm triều đại Joseon

1 답안을 읽어보자

Quần thể lăng tẩm triều đại Joseon là di tích bảo tồn nguyên vẹn lăng mộ của các nhà vua và hoàng hậu trong suốt hơn 500 năm triều đại Joseon. Toàn bộ 40 lăng mộ thờ 25 đời vua, hoàng hậu của triều đại Joseon được UNESCO công nhận là di sản văn hóa thế giới, không tính 2 lăng nằm ở Bắc Hàn. Hầu hết mọi lăng tẩm nằm ở Seoul và tỉnh Gyeonggi, chỉ trừ Jang-reung của vị vua Danjong. Jang-reung nằm ở Yeongweol Gangwondo, nơi vua Danjong đã bị đi đày. Lăng mộ hoàng gia được xây dựng theo tiêu chuẩn nho giáo và phong thủy, nên phải là nơi bối sơn lâm thủy, phía sau dựa núi, phía trước có nước chảy. Đây là nơi duy nhất trên thế giới còn giữ gìn hoàn hảo trạng thái lăng tẩm hoàng gia của cả một triều đại.

조선왕릉은 조선 왕조 500여 년 동안의 왕과 왕비의 무덤이 완벽하게 보존되어 있는 유적지입니다. 북한에 위치한 2개의 릉을 제외하고, 조선의 25대 왕, 왕비를 모신 40개의 릉 전부 유네스코에 의해 세계문화유산으로 지정되었습니다. 단종의 장릉을 제외하면, 대부분의 릉은 서울과 경기도에 있습니다. 장릉은 단종이 유배 간 곳인 강원도 영월에 있습니다. 왕릉은 유교와 풍수를 기준으로 조성되어, 배산임수의 터여야 하며, 뒤에는 산을 두고 앞에는 물이 흘러야 했습니다. 이곳은 세계에서 유일하게 하나의 왕조 전체 왕릉을 온전히 보존하고 있는 곳입니다.

1-10 하회와 양동
Làng cổ Hahoe và Yangdong

❶ 답안을 읽어보자

Hahoe và Yangdong là hai ngôi làng gia tộc tiêu biểu nhất Hàn Quốc. Làng cổ Hahoe nằm ở Andong, tỉnh Gyeongsang bắc, còn làng cổ Yangdong nằm ở Gyeongju, kinh đô của Silla. Hai ngôi làng đều được bao bọc bởi núi rừng, đối diện với một con sông và những cánh đồng, phản ánh rõ văn hóa nho giáo của tầng lớp quý tộc phong kiến thời kỳ đầu triều đại Joseon. Các ngôi nhà gỗ dành cho tầng lớp quý tộc, nhà rơm dành cho tầng lớp thường dân, thư viện và trường học v.v. được bố trí hài hòa ở hai làng cổ này. Hơn nữa, hai làng cổ vẫn lưu giữ cơ cấu xã hội truyền thống, phong tục tập quán và văn hóa quý tộc nho giáo triều đại Joseon. Do giá trị văn hóa truyền thống cao, hai ngôi làng này được UNESCO chọn làm di sản văn hóa thế giới.

❷ 뜻을 살펴보자

하회와 양동은 한국의 가장 대표적인 두 씨족 마을입니다. 하회마을은 경상북도 안동에 위치해있고 양동마을은 신라의 도읍인 경주에 위치해 있습니다. 두 마을 모두 산으로 에워싸여 있고 들과 강을 마주하고 있는데, 조선 시대 초기의 유교적 양반 문화를 잘 반영하고 있습니다. 양반을 위한 목조 가옥, 평민들을 위한 초가집, 서원과 사당 등은 이 두 마을에 조화롭게 잘 배치되어 있습니다. 게다가, 두 마을 모두 여전히 전통 사회 구조, 풍속 관습, 조선의 유교적 양반 문화를 잘 지키고 있습니다. 전통 문화적 가치가 높아, 이 두 마을은 유네스코에 의해 세계문화유산으로 지정되었습니다.

1-11 남한산성
Tường thành Namhansanseong

❶ 답안을 읽어보자

Namhansanseong là thành trì quốc phòng của triều đại Joseon cùng với Bukhansanseong và được xây dựng vào thời vua Injo. Trong thành có cả Tông Miếu để thờ bài vị của các vị vua và Đàn Xã Tắc để tế Xã Thần và Tắc Thần nên đây còn là thủ đô dự phòng của đất nước. Nên khi có sự cố xảy ra, nhà vua và người dân có thể lánh nạn tại đây. Do đó, đây được UNESCO chọn là di sản văn hóa thế giới.

② 뜻을 살펴보자

남한산성은 북한산성과 함께 조선 시대 국방의 요새였으며 인조 때 지어졌습니다. 성안에는 왕의 위패를 모시는 종묘와, 토신과 곡신에게 제를 올리는 사직단이 있어, 이곳은 나라의 예비 수도이기도 했습니다. 위급한 일이 일어나면 왕과 백성들은 이곳으로 피난을 올 수 있었습니다. 따라서, 이곳은 유네스코에 의해 세계문화유산으로 지정되었습니다.

1-12 백제역사유적지구
Quần thể di tích lịch sử vương triều Baekje

① 답안을 읽어보자

Các kinh đô của Baekje đã nằm ở vùng núi phía tây của bán đảo Hàn. Baekje được sáng lập vào năm 18 trước công nguyên và đã diệt vong vào năm 660. Những di tích ở đây đại diện cho hậu kỳ thời Baekje, là thời đại hoàng kim của văn hóa qua giao lưu với Trung Quốc và Nhật Bản.

Khu vực di tích lịch sử Baekje gồm 8 di tích khảo cổ tại Gongju, Buyeo, Iksan. (Là thành núi Gongsan, khu lăng mộ SongSan, thành núi Buso, khu di tích Gwanbuk, khu lăng mộ Neungsan, vết tích chùa Jeongnim, La Thành Buyeo, khu di tích Wanggung, vết tích chùa Mireuk)

Di tích lịch sử Baekje cho thấy quan hệ của Hàn-Trung-Nhật từ thế kỷ 5 đến thế kỷ 7, sự phát triển của kiến trúc, sự truyền bá của đạo Phật nên được chọn làm di sản văn hóa thế giới.

② 뜻을 살펴보자

백제의 도읍들은 한반도의 서쪽 산악지형에 자리 잡고 있었습니다. 백제는 기원전 18세기에 세워져 660년에 멸망하였습니다.

여기의 유적들은 백제의 후기를 대표하며, 이는 일본과 중국과의 교류를 통해 문화의 황금기를 이루었을 때입니다.

백제역사유적지구는 모두 공주, 부여, 익산 8곳에 있습니다. (공산성, 공주 송산리 고분군, 부소산성, 관북리 유적, 정림사지, 능산리 고분군, 부여 나성, 왕궁리 유적, 미륵사지입니다.)

백제역사유적지구는 5세기부터 7세기까지의 한·중·일의 관계, 건축의 발전, 불교의 전파를 보여주어 세계문화유산으로 지정되었습니다.

1-13 산사, 산지 승원
Ngôi chùa cổ trên núi.

1 답안을 읽어보자

Vào năm 2018, 7 ngôi chùa cổ trên núi của Hàn Quốc được chọn là di sản văn hóa thế giới.
7 ngôi chùa cổ đó là chùa Tongdo (Yangsan), chùa Buseok (Yeognju), chùa Bongjeong
(Andong), chùa Beopju (Boeun), chùa Magok (Gongju), chùa Seonam(Suncheon), chùa
Daeheung (Haenam).
7 ngôi chùa này đã được xây dựng hài hòa với thiên nhiên, kế thừa văn hóa Phật giáo trong
hơn 1000 năm, cho thấy lịch sử phát triển của Phật giáo Hàn Quốc. Do đó, được công nhận
'giá trị phổ quát nổi bật'.

2 뜻을 살펴보자

2018년도에 한국의 7개의 산사가 세계문화유산으로 지정되었습니다.
7개의 산사는 양산 통도사, 영주 부석사, 안동 봉정사, 보은 법주사, 공주 마곡사, 순천 선암사, 해남 대흥사입니다.
7개의 절은 자연과 조화롭게 지어졌고, 1,000년 이상 불교문화를 계승했으며 한국 불교의 발전 역사를 보여주었습니다.
따라서, '탁월한 보편적 가치'를 인정받았습니다.

1-14 서원
Thư viện cổ Seowon(Trường học nho giáo)

1 답안을 읽어보자

Gần đây 9 thư viện cổ của Hàn Quốc được chọn là di sản văn hóa thế giới.
Seowon là thư phòng dành cho việc học tập và nghiên cứu Tân Nho Giáo vào thời Joseon.
Các thư viện cổ nằm rải rác khắp Hàn Quốc như tỉnh Gyeongsang, thành phố Daegu, tỉnh
Jeonla, Chung Cheong v.v.. Và đây cho thấy Tân Nho Giáo được phổ biến rộng rãi trong các
tập tục, giáo dục, xã hội triều đại Joseon, đồng thời cho thấy quá trình Tân Nho Giáo thay
đổi một cách phù hợp với Hàn Quốc.

2 뜻을 살펴보자

최근에 한국의 9개의 서원이 세계문화유산으로 지정되었습니다.
서원은 조선 시대에 성리학을 공부하고 연구하였던 공부방이었습니다. 서원은 경상도, 대구, 전라도, 충청도 등 한국의 곳곳에 흩어져 있습니다.
그리고 이곳은 성리학이 조선 시대의 풍속, 교육, 사회에 넓게 보급되었음을 보여주고, 동시에 성리학이 한국의 여건에 맞게 변화한 과정을 보
여줍니다.

Anh/Chị hãy giới thiệu về di sản tư liệu thế giới của Hàn Quốc.

❶ 답안을 읽어보자

Em xin giới thiệu di sản tư liệu thế giới của Hàn Quốc.

Hiện nay Hàn Quốc có 16 di sản tư liệu như Bát Vạn Đại Tạng Kinh, Nghi quỹ hoàng triều Joseon, Biên niên sử hoàng triều Joseon, Đông Y Bảo Giám, Huấn dân chính âm v.v..

Trong đó, Huấn dân chính âm và Biên niên sử hoàng triều Joseon được chọn làm di sản tư liệu thế giới đầu tiên.

Và năm 2017, con dấu và chiếu chỉ sắc phong của nhà vua Joseon, bộ tài liệu về cuộc vận động chuộc nợ quốc gia, bộ tài liệu về thông tín sứ Joseon được UNESCO chọn làm di sản tư liệu thế giới nữa.

❷ 뜻을 살펴보자

한국의 세계기록유산에 대해 소개하겠습니다.

현재 한국은 팔만대장경, 조선왕실의궤, 조선왕조실록, 동의보감, 훈민정음 등 16개의 세계기록유산이 있습니다

그중 훈민정음과 조선왕조실록이 최초로 세계기록유산으로 등재되었습니다.

2017년도에 조선왕실 어보와 어책, 국채보상운동 기록물, 조선통신사 기록물도 세계기록유산으로 지정되었습니다.

❸ 핵심 키워드만 보고 말해보자

한국어와 베트남어 내용을 모두 숙지했다면 이번에는 키워드만 보고 말하는 연습을 해보세요.

16 di sản tư liệu thế giới:

Huấn dân chính âm giải lệ, Biên niên sử hoàng triều Joseon, Đông y bảo giám, Thừa chính viện nhật ký, nghi quỹ hoàng triều Joseon v.v.

숫자	년도	세계기록유산 목록	
1	1997	훈민정음 해례본	Huấn dân chính âm giải lệ
2	1997	조선왕조실록	Biên niên sử hoàng triều Joseon
3	2001	직지심체요절	Trực chỉ tâm thể yếu thiết
4	2001	승정원일기	Thừa chính viện nhật ký
5	2007	해인사 대장경판 및 제경판	Bát vạn đại tạng kinh
6	2007	조선왕조 의궤	Nghi quỹ hoàng triều Joseon
7	2009	동의보감	Đông Y Bảo Giám
8	2011	일성록	Nhật tỉnh lục
9	2011	5.18 민주화운동 기록물	Bộ tài liệu về phong trào dân chủ hóa Gwangju
10	2013	난중일기	Loạn trung nhật ký
11	2013	새마을운동 기록물	Bộ tài liệu về phong trào làng mới
12	2015	한국의 유교책판	Bản khắc gỗ của nho sĩ Hàn Quốc
13	2015	KBS 특별생방송 '이산가족을 찾습니다' 기록물	Bộ tài liệu về chương trình 'đi tìm gia đình bị ly tán' của đài truyền hình KBS
14	2017	조선왕실 어보와 어책	Con dấu hoàng gia và chiếu chỉ nhà vua
15	2017	국채보상운동 기록물	Bộ tài liệu về cuộc vận động chuộc nợ quốc gia
16	2017	조선통신사 기록물	Bộ tài liệu về thông tín sứ

<table>
<tr><td>2-1</td><td>훈민정음 해례본
Huấn dân chính âm giải lệ</td></tr>
</table>

① 답안을 읽어보자

Huấn dân chính âm giải lệ là sách ghi lại nguyên lý, lý do sáng tạo và cách sử dụng chữ cái Hangeul. Chữ cái Hangeul được các học giả Jiphyeonjeon làm ra theo lệnh vua Sejong dựa trên lòng yêu dân. Đây là cuốn sách duy nhất được ghi chép rõ ràng về thông tin chữ cái nên được UNESCO công nhận là di sản tư liệu thế giới.

② 뜻을 살펴보자

훈민정음 해례본은 한글(글자)의 원리, 창제 이유와 사용법에 대해 기록되어 있는 책입니다. 한글은 애민정신을 바탕으로, 세종대왕의 명에 따라 집현전 학자들에 의해 만들어졌습니다. 이는 유일하게 문자 정보(체계)에 대해 자세히 적혀 있는 책이라 유네스코에 의해 세계기록유산으로 지정되었습니다.

<table>
<tr><td>2-2</td><td>조선왕조실록
Biên niên sử hoàng triều Joseon</td></tr>
</table>

① 답안을 읽어보자

Đây là cuốn sách ghi lại biên niên sử trong vòng 472 năm của 25 đời vua từ Thái Tổ đến Thiết Tông. Trước đây, biên niên sử được bảo quản tại 4 nhà kho cất giữ sách, được gọi là 'sago'. Nhưng đã bị thiêu cháy vào thời chiến tranh Nhâm Thìn với Nhật Bản nên chỉ còn 1 sago ở Jeonju. Do đó, vào thời Seonjo đã ghi chép lại và bảo quản ở 5 nhà kho. Nhờ đó, sách có thể bảo tồn cho đến ngày nay. Biên niên sử hoàng triều Joseon được UNESCO công nhận là di sản tư liệu thế giới.

② 뜻을 살펴보자

이는 태조로부터 철종에 이르기까지 25대 472년간의 역사를 기록한 실록입니다. 예전에 실록은 '사고'라 불리는 책을 보관하는 4개의 서고에 보관되었습니다. 하지만 임진왜란 때 소실되어 전주 사고 하나 밖에 남지 않았습니다. 그래서 선조 때 실록을 더 작성하여 5개의 서고에 보관하였습니다. 덕분에 오늘날까지 실록을 보존할 수 있었습니다. 조선왕조실록은 유네스코에 의해 세계기록유산으로 지정되었습니다.

2-3 직지심체요절
Trực chỉ tâm thể yếu thiết

1 답안을 읽어보자

Trực chỉ tâm thể yếu thiết là sách được Baekunhwasang biên soạn. Sách này có nội dung về lời dạy của phái Thiền Phật Giáo và là bản khắc chữ bằng kim loại đầu tiên trên thế giới. Ban đầu Jikji được in ra 2 cuốn nhưng bây giờ thì chỉ còn 1 cuốn, và hiện nay nó đang ở thư viện quốc gia Pháp.

2 뜻을 살펴보자

직지심체요절은 백운화상이 편집한 책입니다. 이 책은 선불교의 가르침에 대한 내용을 담았으며 세계에서 최초로 금속활자로 인쇄된 책입니다. 처음에 직지는 2권 만들어졌으나 지금은 1권밖에 남지 않았고, 이는 현재 프랑스 국립도서관에 소장되어 있습니다.

2-4 승정원일기
Thừa chính viện nhật ký

1 답안을 읽어보자

Thừa chính viện là cơ quan thư ký riêng của vị vua, làm vai trò truyền đạt lệnh vua vào thời đại Joseon. Thừa chính viện nhật ký là sách ghi chép về công việc, sự kiện và bí mật quốc gia. Và hiện được bảo quản tại Khuê Chương Các của trường đại học Seoul. Đây được UNESCO chọn làm di sản tư liệu thế giới.

2 뜻을 살펴보자

승정원은 왕의 개인 비서 기관이며, 조선 시대에 왕명을 전달하는 역할을 하였습니다. 승정원일기는 과업, 사건 사고, 국가 기밀이 적힌 문서입니다. 그리고 현재 서울대학교의 규장각에 소장되어 있습니다. 이는 유네스코에 의해 세계기록유산으로 지정되었습니다.

<table>
<tr><td>2-5</td><td>해인사 대장경판 및 제경판 (팔만대장경)
Bát vạn đại tạng kinh</td></tr>
</table>

① 답안을 읽어보자

Bát vạn đại tạng kinh là 80.000 bản kinh khắc gỗ về lời dạy của Phật, cầu mong Đức Phật sẽ cho sức mạnh, giúp Goryeo chống lại quân Mông Cổ. Đại trường kinh này là đại trường kinh khắc gỗ lâu đời nhất và được bảo tồn đến ngày nay.

Nơi bảo quản đại trường kinh Janggyeong Panjeon là công trình kiến trúc có tính khoa học, giúp gió lưu thông và điều chỉnh độ ẩm và nhiệt độ một cách hiệu quả. Nhờ đó, có thể bảo tồn Bát vạn đại tạng kinh một cách nguyên vẹn. Do đó, Janggyeong Panjeon được UNESCO công nhận là di sản văn hóa thế giới.

Còn Bát vạn đại tạng kinh được UNESCO công nhận là di sản tư liệu thế giới.

② 뜻을 살펴보자

팔만대장경은 부처님의 말씀을 수록한 8만여 권의 목판인데, 부처님께서 힘을 주시어 고려가 몽골군을 물리칠 수 있도록 해달라는 염원을 담았습니다. 이 대장경은 가장 오래된 대장경 목판이고, 오늘날까지 보존되었습니다.

대장경을 보관하는 장경판전은 매우 과학적인 건축물로, 원활한 통풍을 가능케 하고 효과적으로 습도와 온도를 조절합니다. 덕분에 팔만대장경을 온전히 보존할 수 있었습니다. 따라서, 장경판전은 유네스코에 의해 세계문화유산으로 지정되었습니다.

그리고 팔만대장경은 유네스코에 의해 세계기록유산으로 지정되었습니다.

<table>
<tr><td>2-6</td><td>조선왕조 의궤
Nghi quỹ hoàng triều Joseon</td></tr>
</table>

① 답안을 읽어보자

Nghi quỹ hoàng triều Joseon là cuốn ghi chép về tất cả nghi lễ thời đại Joseon bằng tranh và văn.

Joseon đã ghi chép các sự kiện chủ yếu của hoàng thất, ví dụ như lễ cưới, lễ tang, yến tiệc v.v. thành 'nghi quỹ' trong khoảng 600 năm. Có khoảng 4.000 cuốn nghi quỹ được sắp xếp theo thời đại, chủ đề, cho thấy sự biến đổi của các nghi lễ hoàng triều Joseon. Nghi quỹ hoàng triều Joseon được UNESCO công nhận là di sản tư liệu thế giới.

② 뜻을 살펴보자

조선왕조 의궤는 글과 그림으로 조선 시대의 모든 의례를 적어놓은 책입니다.

조선은 이렇게 600여 년에 걸쳐 왕실의 주요 행사, 예를 들어 결혼식, 장례식, 연회 등을 '의궤'로 기록했습니다.

약 4천여 권의 의궤는 시기별, 주제별로 잘 정리되어 있어 조선왕조 의식의 변화를 잘 보여줍니다.

조선왕조 의궤는 유네스코에 의해 세계기록유산으로 지정되었습니다.

2-7 동의보감
Đông Y Bảo Giám

1 답안을 읽어보자

Đông Y Bảo Giám là cuốn bách khoa toàn thư về y học của Hàn Quốc. Heojun đã viết sách theo lệnh vua, và đây là lần đầu tiên trên thế giới mà nhà nước đã lập chính sách y tế cho người dân nên rất có ý nghĩa. Và cũng là cuốn bách khoa toàn thư về y học đầu tiên trên thế giới. Do đó, Heojun đã viết sách bằng cả tiếng Hàn và tiếng Hán để mọi người dân có thể đọc. Vì thế Đông Y Bảo Giám được UNESCO công nhận là di sản tư liệu thế giới.

2 뜻을 살펴보자

동의보감은 한국의 의학 백과사전입니다. 허준은 왕명으로 책을 썼으며, 이는 세계 최초로 국가가 백성을 위해 의료 정책을 실시한 것이기 때문에 굉장히 의미가 있습니다. 그리고 역시나 세계 최초의 의학 백과사전입니다. 그렇기 때문에, 허준은 한글과 한자로 모두 표기하여 모든 백성이 읽을 수 있도록 하였습니다. 그리하여 동의보감은 유네스코에 의해 세계기록유산으로 지정되었습니다.

2-8 일성록
Nhật tỉnh lục

1 답안을 읽어보자

Nhật tỉnh lục là sách ghi chép về hoạt động của các vị vua cuối thời Joseon. Nhật tỉnh lục có nghĩa là 'kiểm điểm một ngày'. Mặc dù đây là nhật ký riêng của nhà vua nhưng vẫn được xem là một tư liệu công khai hoạt động triều chính. Đây ghi chép thông tin chi tiết về tình hình chính trị trong và ngoài nước, văn hóa đang diễn ra tại phương đông và phương tây từ thế kỷ 18 đến 20 v.v.. UNESCO đã công nhận là di sản tư liệu thế giới vào năm 2011.

2 뜻을 살펴보자

일성록은 조선 시대 말 왕들의 활동에 대해 기록된 책입니다. 일성록은 '하루를 점검하다'라는 뜻을 가지고 있습니다. 비록 이는 왕의 개인 일기장이지만 여전히 조정의 공식적인 기록물로 여겨집니다. 이는 국내외의 정치 상황, 18~20세기까지 동양과 서양에서 일어나고 있는 문화 흐름 등에 대해 자세히 기록되어 있습니다. 2011년도에 유네스코에 의해 세계기록유산으로 지정되었습니다.

2-9 5.18 광주 민주화운동 기록물
Bộ tài liệu về phong trào dân chủ hóa Gwangju

1 답안을 읽어보자

Phong trào dân chủ Gwangju là cuộc phong trào nổi dậy tại Gwangju vào ngày 18 tháng 5 năm 1980 để chống lại chính phủ và lệnh giới nghiêm. Và bộ tài liệu này là bộ sưu tập các tài liệu, phim, ảnh về các phong trào dân chủ lan rộng do phong trào dân chủ hóa Gwangju.

2 뜻을 살펴보자

광주 민주화 운동은 정부와 계엄령에 대항하기 위해, 1980년 5월 18일 광주에서 일어난 운동입니다. 그리고 이 기록물은 광주 민주화 운동으로 인해 퍼진 민주화 운동 물결에 대한 자료, 영상물, 사진을 수집한 것입니다.

2-10 난중일기
Loạn trung nhật ký

1 답안을 읽어보자

Loạn trung nhật ký là cuốn nhật ký cá nhân của tướng Yi Sun-sin, ông đã ghi lại các hoạt động hàng ngày của ông và hoàn cảnh, tình thế các trận chiến trong thời kỳ chiến tranh Nhâm Thìn. Đây được UNESCO công nhận là di sản tư liệu thế giới vào năm 2013.

2 뜻을 살펴보자

난중일기는 이순신 장군의 개인 일기장이며, 그는 자신의 하루를, 그리고 임진왜란(1592-1598) 때 전쟁 상황 및 전세를 기록하였습니다. 이는 2013년에 유네스코에 의해 세계기록유산으로 지정되었습니다.

2-11 새마을운동 기록물
Bộ tài liệu về phong trào làng mới

1 답안을 읽어보자

Phong trào làng mới đã được bắt đầu nhằm cải thiện cuộc sống, phát triển nền kinh tế Hàn Quốc vào năm 1970. Đây là một mô hình phát triển rất hiệu quả, nên được nhiều nước làm theo. Và bộ tài liệu này là bộ sưu tập các phim, ảnh, bản ghi chép của chính phủ, bài diễn thuyết của tổng thống v.v. về cuộc phong trào này.

2 뜻을 살펴보자

새마을운동은 1970년도에 한국 경제의 발전 및 생활 여건을 개선하고자 시작되었습니다. 이는 굉장히 효과적인 발전 모형으로 많은 국가가 벤치마킹하였습니다. 그리고 이 기록물은 이 운동에 대한 영상물, 사진, 정부 문서, 대통령 연설문 등의 수집본입니다.

2-12 한국의 유교책판
Bản khắc gỗ của nho sĩ Hàn Quốc

1 답안을 읽어보자

Bản khắc gỗ của nho sĩ là bản khắc gỗ những tác phẩm của nho sĩ triều đại Joseon, có hơn 60.000 bản khắc. Bản khắc gỗ của nho sĩ đã được tạo do công luận của tầng lớp trí thức của thời đại đó, và được bảo tồn nguyên vẹn cho đến ngày nay. Đây cho thấy sức mạnh của trí tuệ tập thể trong vòng hơn 500 năm. Bản khắc gỗ của nho sĩ là bản chính duy nhất nên đây là di tích không thể thay thế. Vì thế đây được UNESCO chọn làm di sản tư liệu thế giới.

2 뜻을 살펴보자

유교책판은 조선 시대 유학자의 작품들을 목판에 인쇄한 것으로, 6만여 개의 유교책판이 있습니다. 유교책판은 당대 지식인층의 공론에 의해 만들어졌으며 오늘날까지 그대로 보존되었습니다. 이는 500여 년간의 집단 지성의 힘을 보여줍니다. 유교책판은 유일한 원본이라 그 무엇도 대신할 수 없는 유물입니다. 따라서 유네스코에 의해 세계기록유산으로 지정되었습니다.

2-13 KBS 특별생방송 '이산가족을 찾습니다' 기록물
Bộ tài liệu về chương trình 'đi tìm gia đình bị ly tán' của KBS

1 답안을 읽어보자

Bộ sưu tập các tài liệu về chương trình 'đi tìm gia đình bị ly tán' của đài truyền hình KBS.
Bán đảo Hàn là nơi có lịch sử chia cắt đất nước rất đau buồn và cho đến nay vẫn chưa được
thống nhất. Do đó, chương trình này được chiếu trong vòng 138 ngày (từ ngày 30 tháng 6
đến ngày 14 tháng 11 năm 1983), có 463 cuốn phim và khoảng 20.000 tài liệu ghi chép về
chương trình.

2 뜻을 살펴보자

KBS의 '이산가족을 찾습니다' 프로그램에 대한 자료입니다. 한반도는 슬픈 분단의 역사를 가지고 있는 곳이며 오늘날까지 아직 통일을 하지
못하였습니다. 그리하여 이 프로그램은 138일 동안 방영됐으며(1983년 6월 30일부터 11월 14일까지), 436개의 영상 테이프와 2만여 개
의 기록물이 있습니다.

2-14 조선왕실 어보와 어책
Con dấu hoàng gia và chiếu chỉ nhà vua

1 답안을 읽어보자

Eobo là con dấu hoàng gia và Eochaek là những chiếu chỉ sắc phong dành cho hoàng hậu,
thái tử và thái tử phi. Đây là những vật cho thấy tính chính thống của hoàng gia và con dấu
thường được khắc trên ngọc, bạc, vàng v.v.. Hàn Quốc là quốc gia duy nhất làm ra con dấu
và chiếu chỉ trong một thời gian dài, 570 năm. Nên được UNESCO công nhận là di sản tư
liệu thế giới.

2 뜻을 살펴보자

어보는 왕실의 도장이고 어책은 왕비, 세자, 세자빈을 위한 책봉 교서들입니다. 이는 왕실의 정통성을 증명하는 것들이며, 어보는 보통 옥, 은,
금 등에 새겨졌습니다. 한국은 어보와 어책을 570여 년의, 긴 기간 동안 만들어낸 유일한 국가입니다. 그래서 유네스코에 의해 세계기록유산
으로 지정됐습니다.

2-15 국채보상운동 기록물
Bộ tài liệu về cuộc vận động chuộc nợ quốc gia

① 답안을 읽어보자

Bộ tài liệu về cuộc vận động chuộc nợ quốc gia là cuốn ghi chép tất cả quá trình của cuộc vận động chuộc nợ, nổi dậy từ năm 1907 đến năm 1910. Đàn ông thì bỏ rượu và thuốc, phụ nữ thì đem chiếc nhẫn và cài trâm ra bán v.v. 25% tất cả người dân đã tự nguyện tham gia cuộc phong trào này. Và cuộc vận động chuộc nợ quốc gia của Hàn Quốc đã tác động đến cả những quốc gia khác.

② 뜻을 살펴보자

한국의 국채보상운동 기록물은 1907년부터 1910년까지 일어난 국채보상운동의 전 과정을 보여주는 기록물입니다. 한국의 남성은 술과 담배를 끊고, 여성은 반지와 비녀를 내놓는 등 전 국민의 약 25%가 이 운동에 자발적으로 참여하였습니다. 한국의 국채보상운동은 다른 국가들에까지 영향을 주었습니다.

2-16 조선통신사 기록물
Bộ tài liệu về thông tín sứ

① 답안을 읽어보자

Bộ tài liệu về thông tín sứ là những ghi chép cổ về đoàn sứ giả được triều đình Joseon phái đến Nhật Bản. Sau cuộc chiến tranh Nhâm Thìn với Nhật Bản, Joseon đã phái đoàn sứ giả sang Nhật Bản trong khoảng 200 năm. Và trong bộ tài liệu về thông tín sứ cho thấy chi tiết sự trao đổi giữa Joseon và Nhật Bản bằng tranh và văn.

② 뜻을 살펴보자

조선통신사 기록물은 조선(조정)이 일본에 파견한 통신사들에 대한 기록들입니다. 임진왜란 이후, 조선은 200여 년간 일본에 사신단(통신사)을 파견하였습니다. 그리고 조선통신사 기록물은 조선과 일본이 나눈 내용을 그림과 글로 자세히 보여줍니다.

03 한국의 인류무형유산에 대해 소개해주세요.

Anh/Chị hãy giới thiệu về di sản phi vật thể thế giới của Hàn Quốc.

1 답안을 읽어보자

Em xin giới thiệu di sản phi vật thể Hàn Quốc.

Hiện nay ở Hàn Quốc có 20 di sản phi vật thể như sau:

Tế lễ Tông Miếu và nhạc tế lễ Tông Miếu là nghi thức tế lễ và nhạc tế lễ được duy trì từ thời vua Sejong.

Hát kể là biểu diễn truyền thống được biểu diễn bởi một người hát Sorikkun và một người gõ trống Gosu.

Lễ Đoan Ngọ Gangneung là lễ hội tết Đoan Ngọ được tổ chức tại Gangneung từ lâu năm.

Ganggangsullae là múa vòng tròn được biểu diễn vào ban đêm ngày tết Trung Thu.

Ngoài ra cũng có nhiều di sản như: dân ca Arirang, Taekkyeon, Jultagi, kéo co, kịch Namsadangnori v.v..

Và năm 2018, môn đấu vật truyền thống Ssireum cũng được đưa vào danh sách di sản phi vật thể thế giới, cùng với môn Ssireum của Bắc Hàn.

2 뜻을 살펴보자

한국의 인류무형유산에 대해 소개하겠습니다.

현재 한국에는 다음과 같이 20개의 인류무형유산이 있습니다.

종묘 제례와 종묘제례악은 세종대왕 때부터 유지되어온 제례와 제례악입니다.

판소리는 북을 치는 고수와 노래를 부르는 소리꾼에 의해 공연되는 전통공연입니다.

강릉 단오제는 강릉에서 오래전부터 개최된 단오절 축제입니다.

강강술래는 추석날 밤에 동그랗게 빙글빙글 도는 춤입니다.

그밖에도 아리랑, 택견, 줄타기, 줄다리기, 남사당놀이 등과 같이 많은 유산이 있습니다.

그리고 2018년에 전통 레슬링인 씨름도 북한의 씨름과 함께 세계무형유산 목록에 등재되었습니다.

3 핵심 키워드만 보고 말해보자

한국어와 베트남어 내용을 모두 숙지했다면 이번에는 키워드만 보고 말하는 연습을 해보세요.

20 di sản phi vật thể thế giới :
Tế lễ Tông Miếu và nhạc Tế lễ Tông Miếu, hát kể, Lễ Đoan Ngọ Gangneung, Ganggangsullae, dân ca Arirang, Taekkyeon, Jultagi, kéo co, Kịch Namsadangnori, Ssireum v.v.

숫자	년도	세계무형유산 목록	
1	2001	종묘제례와 종묘제례악	Tế lễ Tông Miếu và nhạc Tế lễ Tông Miếu
2	2003	판소리	Hát kể Pansori
3	2005	강릉 단오제	Lễ Đoan Ngọ Gangneung
4	2009	강강술래	Ganggangsullae
5	2009	남사당놀이	Kịch Namsadangnori
6	2009	영산재	Nghi lễ đạo Phật Yeongsanjae
7	2009	제주 칠머리당 영등굿	Nghi lễ Jeju Chilmeoridang Yeongdeunggut
8	2009	처용무	Múa Cheoyongmu
9	2010	가곡	Hát phổ thơ Gagok
10	2010	대목장	Nghệ thuật đồ mộc Daemokjang
11	2010	매사냥	Săn chim ưng
12	2011	줄타기	Nghệ thuật đi trên dây Jultagi
13	2011	택견	Taekkyeon
14	2011	한산모시짜기	Dệt tầm gai Hansan
15	2012	아리랑	Dân ca Arirang
16	2013	김장 문화	Văn hóa kimjang
17	2014	농악	Nông nhạc
18	2015	줄다리기 (공동 등재)	Kéo co
19	2016	제주해녀문화	Hải nữ Jeju
20	2018	전통 레슬링, 씨름	Đấu vật truyền thống, Ssireum

3-1 종묘제례와 종묘제례악
Tế lễ Tông Miếu và nhạc Tế lễ Tông Miếu

① 답안을 읽어보자

Cho đến nay, Tế lễ Tông Miếu vẫn được thực hiện vào Chủ Nhật tuần đầu tiên của tháng 5 hàng năm. Tuy triều đại Joseon đã sụp đổ nhưng nghi thức và chi tiết chuẩn bị cho lễ tế vẫn được bảo tồn nguyên vẹn theo quy tắc được quy định từ năm 1462, vào thời vua Sejong. Do đó, Tế lễ Tông Miếu và nhạc Tế lễ Tông Miếu đã được UNESCO công nhận là di sản văn hóa phi vật thể. Nhạc Tế lễ Tông Miếu có sự kết hợp biểu diễn các nhạc cụ, hát và múa một cách trang nghiêm.

② 뜻을 살펴보자

오늘날까지, 매년 5월 첫째 주 일요일이 되면 종묘제례가 행해집니다. 비록 조선은 끝이 났지만, 1462년 세종대왕 때 정해진 규칙에 따라 의식과 제례 준비는 여전히 그대로 행해지고 있습니다. 따라서, 종묘제례와 종묘제례악은 유네스코에 의해 인류무형문화재로 지정되었습니다. 종묘제례악은 악기, 노래 및 춤의 결합으로 장엄하게 행해집니다.

3-2 판소리
Hát kể Pansori

① 답안을 읽어보자

Hát kể Pansori là một loại hình âm nhạc truyền thống Hàn Quốc, được biểu diễn bởi một người hát Sorikkun và một người gõ trống Gosu. Từ Pansori được kết hợp từ 2 từ 'pan' và 'sori'. 'Pan' có nghĩa là nơi tụ họp đông người, và 'sori' có nghĩa là âm thanh. Pansori thường bao gồm các chuyện châm biếm hoặc chuyện tình.

② 뜻을 살펴보자

판소리는 하나의 한국 전통음악 형태이며, 노래를 부르는 소리꾼과 북을 치는 고수에 의해 행해집니다. 판소리는 '판'과 '소리'라는 두 단어가 결합한 단어입니다. '판'은 많은 사람이 모여있는 곳을 의미하며, '소리'는 음성을 의미합니다. 판소리는 보통 사랑 이야기 혹은 풍자를 포함합니다.

3-3 강릉 단오제
Lễ Đoan Ngọ Gangneung

1 답안을 읽어보자

Đoan Ngọ là một trong dịp tết truyền thống lớn nhất ở Hàn Quốc cùng với Tết Nguyên đán và lễ hội Trung thu-Chuseok. Và lễ Đoan Ngọ Gangneung là một lễ hội truyền thống có lịch sử hơn 1.000 năm của vùng Gangneung, tỉnh Gangwon. Ở lễ hội Đoan Ngọ, người Hàn Quốc thường xích đu, đấu vật, gội đầu bằng nước xương bồ v.v.. Lễ hội này có đặc điểm là có cả nghi thức lên đồng, Nho giáo và Phật giáo.

2 뜻을 살펴보자

단오는 설날, 추석과 함께 한국에서 가장 큰 전통 명절 중 하나입니다. 그리고 강릉 단오제는 강원도 강릉 지역의 1000년 이상의 역사를 갖고 있는 전통행사입니다. 단오제에서 한국 사람들은 그네를 타고, 씨름을 하고, 창포로 머리를 감는 등의 활동을 합니다. 이 행사는 굿, 유교 및 불교 의식이 모두 행해진다는 특징이 있습니다.

3-4 강강술래
Ganggangsullae

1 답안을 읽어보자

Ganggangsullae là điệu múa hát vòng tròn, thường được diễn ra vào tết Trung Thu. Vào tối tết Trung Thu, các cô gái mặc Hanbok tụ họp lại dưới ánh trăng rằm, nắm tay nhau vừa hát vừa nhảy múa, cầu mong mùa bội thu. Đây được chỉ định là di sản phi vật thể thế giới. Vào thời chiến tranh Nhâm Thìn với Nhật Bản, tướng Yi Sun-sin đã cho các cô gái chơi Ganggangsullae để quân Nhật tưởng là quân Joseon rất đông.

2 뜻을 살펴보자

강강술래는 동그랗게 모여서 하는 춤과 노래로 보통 추석에 행해집니다. 추석 저녁에 한복을 입은 여자들이 보름달 아래에 모여, 서로 손을 잡고 노래하고 춤추며 풍년을 기원합니다. 이는 세계무형문화재로 지정되었습니다. 임진왜란 때, 이순신 장군이 여자들에게 강강술래를 하도록 했는데, 일본군이 조선군의 병력이 많다고 생각하게끔 하기 위해서였다고 합니다.

3-5	남사당놀이 **Kịch Namsadangnori**

❶ 답안을 읽어보자

Namsadangnori là màn biểu diễn của một nhóm nghệ sĩ gồm 40 người hoặc hơn nữa để mang lại niềm vui cho công chúng. Đây có nguồn gốc từ tầng lớp thường dân và được biểu diễn với ý nghĩa giải trí và nâng cao sự phát triển ý thức của tầng lớp thường dân.

❷ 뜻을 살펴보자

남사당놀이는 민중에게 기쁨을 가져다주기 위해, 40명 혹은 그 이상에 이르는 예술가 집단이 하는 공연입니다.
이는 놀이라는 목적 및 서민층의 의식 발전을 위해 서민사회에서 자연 발생하였습니다.

3-6	영산재 **Nghi lễ đạo Phật Yeongsanjae**

❶ 답안을 읽어보자

Yeongsanjae là một nghi lễ của đạo Phật, được thực hiện vào ngày thứ 49 kể từ khi qua đời, để giúp linh hồn của người đó tìm đến cõi an lạc. Ngoài ra, Yeongsanjae còn giúp người trần giác ngộ được chân lý của Phật Tổ.

❷ 뜻을 살펴보자

영산재는 불교의 한 의식으로서 세상을 떠난지 49일째 되는 날 행해지는데, 그의 영혼이 천도를 할 수 있도록 돕기 위함입니다. 그밖에, 영산재는 속세의 사람들이 부처님의 진리를 깨우칠 수 있도록 돕습니다.

3-7	제주 칠머리당 영등굿 **Nghi lễ Jeju Chilmeoridang Yeongdeunggut**

❶ 답안을 읽어보자

Nghi lễ Jeju Chilmeoridang Yeongdeunggut là một nghi lễ được tiến hành tại miếu thờ Chilmeoridang của phường Geonip, ở đảo Jeju. Nghi lễ này được thực hiện nhằm cầu mong hoà bình và mùa bội thu cho cả làng với thần gió và thần biển.

② 뜻을 살펴보자

제주 칠머리당 영등굿은 제주도 건입동 칠머리당에서 행해지는 풍속입니다. 이는 바람의 신과 바다의 신에게 마을의 풍년과 평온을 기원하기 위해 행해집니다.

3-8 처용무 Múa Cheoyongmu

① 답안을 읽어보자

Cheoyongmu vốn là một trong điệu múa cung đình, thường được biểu diễn trong cung để xua đuổi tà ma, dịch bệnh. Lời bài hát là những câu xua đuổi các loại tà ma, từ ma gái, ma trai, ma quả phụ v.v.. Đây có lịch sử hơn 1.000 năm kể từ thời Silla thống nhất và cho thấy tổ tiên đã coi trọng nghệ thuật và phong tục đặc trưng của dân tộc biết bao.

② 뜻을 살펴보자

처용무는 본래 궁중 무용의 하나로서, 보통 악귀, 전염병을 몰아내기 위해 궁중에서 행해졌습니다. 가사는 처녀 귀신, 총각 귀신, 과부 귀신 등 악귀들을 쫓는 문장들입니다. 이는 통일 신라 시대부터 최소 1,000년 이상이 넘는 역사를 자랑하며, 선조들이 얼마나 예술과 고유한 풍습을 중시했는지 보여줍니다.

3-9 가곡 Hát phổ thơ Gagok

① 답안을 읽어보자

Hát phổ thơ Gagok là một trong nhạc truyền thống của Hàn Quốc, đã được UNESCO công nhận là di sản phi vật thể của nhân loại. Trước đây, Gagok thường được các quý tộc yêu thích và thưởng thức nhưng mà sau này thì thường dân cũng đã bắt đầu thưởng thức. Lời bài hát Gagok thường nói về cuộc sống hàng ngày, những mong ước cho mùa bội thu v.v..

② 뜻을 살펴보자

가곡은 한국의 전통음악 중 하나로, 유네스코에 의해 인류무형문화재로 지정되었습니다. 과거에 가곡은 주로 귀족들이 좋아하고 즐겼으나 이후에 서민들도 즐기기 시작했습니다. 가곡의 가사는 보통 일상생활, 풍년을 기원하는 마음 등을 다룹니다.

3-10 대목장
Nghệ thuật đồ mộc Daemokjang

1 답안을 읽어보자

Daemokjang là kiến trúc gỗ truyền thống Hàn Quốc và cũng là tên gọi của những chuyên gia thợ mộc có kỹ thuật kiến trúc gỗ truyền thống. Hầu hết ngôi nhà truyền thống Hàn Quốc được xây bằng gỗ và rất có tính khoa học nên những người có kỹ thuật mới có thể xây nó. Nên được UNESCO chọn là di sản phi vật thể của nhân loại

2 뜻을 살펴보자

대목장은 한국의 전통 목조 건축을 일컬으며 전통적인 목조 건축 기술을 갖고 있는 전문 목수들을 부르는 이름이기도 합니다. 대부분의 한국 전통 가옥들은 나무로 지어졌기 때문에 굉장히 과학적이고 기술이 있는 사람만 이를 다룰 수 있습니다. 그래서 유네스코에 의해 인류무형문화재로 지정되었습니다.

3-11 매사냥
Săn chim ưng

1 답안을 읽어보자

Nghệ thuật săn chim ưng là dùng chim ưng đã được huấn luyện để săn bắn. Và những người đào tạo chim ưng được gọi là 'eungsa'. Hiện nay Hàn Quốc chỉ có 2 eungsa và săn chim ưng được coi là một trong những môn thể thao săn bắn lâu đời nhất của nam giới.

2 뜻을 살펴보자

매사냥은 훈련된 매들로 사냥하는 것을 말합니다. 그리고 매들을 사육하고 훈련시키는 사람들을 '응사'라고 부릅니다. 현재 한국에는 2명의 응사밖에 없고, 매사냥은 남자들의 가장 오래된 사냥 스포츠 중 하나로 여겨집니다.

3-12 줄타기
Nghệ thuật đi trên dây Jultagi

1 답안을 읽어보자

Nghệ thuật đi trên dây Jultagi là một loại biểu diễn đặc sắc của Hàn Quốc. Jultagi được biểu diễn cùng với giai điệu nhạc truyền thống. Nét đặc biệt của Jultagi là cuộc đối thoại của nghệ sĩ đi trên dây và nghệ sĩ dưới đất.

② 뜻을 살펴보자

줄타기는 한국 고유의 하나의 예술공연 형태입니다. 줄타기는 전통적인 멜로디와 함께 행해집니다. 줄타기의 재미있는 점은 줄타기 예술가와 땅 밑에 있는 예술가의 재담입니다.

3-13 택견
Taekkyeon

① 답안을 읽어보자

Taekkyeon là một môn võ thuật truyền thống Joseon với nhiều động tác trông giống như những điệu múa. Những bích họa trong các lăng tẩm vua Cao Câu Ly cho thấy Taekkyeon xuất hiện ngay từ thời Tam Quốc. Hơn nữa, Taekkyeon là nguồn gốc của võ thuật Taekwondo. Do đó, Taekkyeon được UNESCO chọn là di sản phi vật thể của nhân loại.

② 뜻을 살펴보자

택견은 조선의 한 전통 무술로서 춤사위처럼 보이는 동작들이 많습니다. 고구려 왕릉들의 벽화를 보면, 택견이 삼국시대 때부터 출현하였음을 알 수 있습니다. 게다가, 택견은 태권도의 근원이기도 합니다. 따라서 택견은 유네스코에 의해 인류무형문화재로 지정되었습니다.

3-14 한산모시짜기
Dệt tầm gai Hansan

① 답안을 읽어보자

Dệt tầm gai Hansan được những người phụ nữ vùng Hansan tiếp nhận và lưu truyền. Hansan là một vùng của tỉnh Chungcheong và nơi đây thích hợp để trồng cây gai. Dệt vải gai không dễ, phải rất khéo tay nên dệt vải gai Hansan được UNESCO công nhận là di sản phi vật thể của nhân loại.

② 뜻을 살펴보자

한산모시짜기는 한산 지역 여자들이 이어받아 전승합니다. 한산은 충청도의 한 지역으로 이곳은 모시를 재배하기에 좋습니다. 모시짜는 일은 결코 쉽지 않으며, 손재주가 굉장히 좋아야 하기 때문에 한산모시짜기는 유네스코에 의해 인류무형문화재로 지정되었습니다.

3-15 아리랑
Dân ca Arirang

❶ 답안을 읽어보자

Arirang là dân ca trữ tình của Hàn Quốc mà dân tộc Hàn ai cũng thích hát. Bài Arirang ra đời rất tự nhiên trong cuộc sống của người dân Hàn và trong khi được truyền khẩu đã được biến tấu thành nhiều phiên bản khác nhau. Người ta cho rằng hiện nay có khoảng 60 phiên bản và 3.600 bài hát về Arirang tại Hàn Quốc. Lời bài hát là lời tâm sự của một cô gái thất vọng về tình yêu, chàng đã bỏ ta mà đi. Arirang thể hiện tinh thần, văn hóa của dân tộc Hàn, và được xem là quốc ca không chính thức của Hàn Quốc. Do đó, Arirang được chọn là di sản phi vật thể của nhân loại.

❷ 뜻을 살펴보자

아리랑은 한국의 서정민요로, 한민족이라면 누구나 즐겨 부르는 곡입니다. 아리랑은 한국인의 삶에서 자연스럽게 만들어진 곡이며 구전되면서 다양한 형태로 편곡되었습니다. 사람들에 따르면 현재 약 60여 종, 3,600여 곡의 아리랑이 한국에 있다고 합니다. 가사 속에는 '임이 나를 버리고 가, 사랑에 실망한 한 여성의 마음'이 표현되어 있습니다. 아리랑에는 한국 민족의 문화와 정서가 반영되어 있으며 이는 한국의 비공식 국가로도 여겨집니다. 그리하여 아리랑은 인류무형문화재로 지정되었습니다.

3-16 김장 문화
Văn hóa kimjang

❶ 답안을 읽어보자

Kimjang là văn hóa làm và chia sẻ Kimchi với nhau để chuẩn bị mùa đông. Hàng năm, mỗi khi sắp đến mùa đông thì cả gia đình đoàn tụ nhau cùng làm Kimchi và văn hóa này vẫn được duy trì cho đến nay. Kimjang là một văn hóa rất được coi trọng và kimjang là một cơ hội để người Hàn Quốc có thể đoàn kết lẫn nhau. Do đó, văn hóa kimjang được UNESCO công nhận là di sản phi vật thể thế giới.

❷ 뜻을 살펴보자

김장은 겨울을 나기 위해 함께 김치를 만들고 나누는 문화입니다. 매년 겨울이 오기 전 가족 모두가 모여 함께 김치를 만드는데 이 문화는 오늘날까지 이어져 오고 있습니다. 김장은 굉장히 중요시 여겨지는 문화이며 김장은 한국 사람들이 단결할 수 있는 기회이기도 합니다. 그렇기 때문에 김장 문화는 유네스코에 의해 인류무형문화재로 지정되었습니다.

3-17 농악 / Nông nhạc

❶ 답안을 읽어보자

Nông nhạc là âm nhạc của nông dân Hàn Quốc, bắt nguồn từ các nghi lễ cộng đồng. Nông nhạc được biểu diễn trong đời sống lao động thường ngày và cầu nguyện cho một vụ mùa bội thu.

Hiện nay, nông nhạc là một trong biểu diễn nghệ thuật tiêu biểu của Hàn Quốc và thường được biểu diễn, kết hợp với những nhạc cụ như Samulnori.

❷ 뜻을 살펴보자

농악은 한국 농민의 음악이며, 공동체 의식에서 유래하였습니다. 농악은 평소 노동 생활에서 행해지며 풍년을 기원하기도 합니다.

현재 농악은 한국의 대표적인 예술 공연 중 하나이며 사물놀이와 같은 악기들과 결합하여 행해집니다.

3-18 줄다리기 / Kéo co

❶ 답안을 읽어보자

Kéo co là một trò chơi rất phổ biến và thường được chơi vào dịp Tết.

Hai đội được phân chia đồng đều về số người, và cùng nhau thi kéo co.

Đây làm cho bầu không khí của ngày Tết thêm vui nhộn.

Kéo co được chọn là di sản phi vật thể của nhân loại vào năm 2015.

❷ 뜻을 살펴보자

줄다리기는 매우 보편적인 놀이로 보통 명절에 합니다.

두 팀은 사람의 수를 똑같이 나누어 함께 줄다리기를 합니다.

이는 명절의 분위기를 보다 활기차게 만듭니다.

줄다리기는 2015년 인류무형문화재로 지정되었습니다.

<table>
<tr><td>3-19</td><td>제주해녀문화
Hải nữ Jeju</td></tr>
</table>

❶ 답안을 읽어보자

Hải nữ Jeju khác với các thợ lặn thông thường là họ có thể lặn xuống hơn 10 mét và không sử dụng bình oxy, thiết bị lặn. Họ thường bắt hải sản như nghêu, ốc v.v. và việc này thường được truyền từ đời mẹ sang đời con vì cần có kinh nghiệm lâu năm. Hải nữ được UNESCO chọn làm di sản phi vật thể thế giới vào năm 2016.

❷ 뜻을 살펴보자

제주 해녀는 다른 잠수부들과 달리, 잠수 장비 및 산소통 없이도 10미터(m) 이하까지 잠수할 수 있습니다. 그들은 보통 조개, 소라 등과 같은 해산물을 캐고 보통 어머니 대에서 자식 대로 전승됩니다, 왜냐하면 오랜 경험을 필요로 하기 때문입니다. 해녀는 2016년도에 유네스코에 의해 인류무형문화재로 지정되었습니다.

<table>
<tr><td>3-20</td><td>전통 레슬링, 씨름
Đấu vật truyền thống, Ssireum</td></tr>
</table>

❶ 답안을 읽어보자

Môn Ssireum, môn đấu vật truyền thống của Hàn Quốc và Bắc Hàn đều được UNESCO công nhận là di sản văn hóa phi vật thể của nhân loại. Vì môn đấu vật của hai nước có điểm giống nhau về mặt xã hội và văn hóa của cộng đồng và phương pháp kế thừa. Tại trận thi đấu, hai tuyển thủ đều đeo thắt lưng ở lưng và đùi và phải làm cho đối thủ chạm đất bằng những kỹ thuật của mình.

❷ 뜻을 살펴보자

한국과 북한의 전통 레슬링, 씨름은 모두 유네스코에 의해 인류무형문화유산으로 지정되었습니다. 왜냐하면 두 나라의 씨름은 계승방식과 공동의 문화, 사회 측면에서 공통점이 있기 때문입니다. 시합에서 두 선수는 허리와 허벅지에 벨트를 착용하고, 자신의 기술로 상대 선수를 땅에 닿게 해야 합니다.

Hãy cho biết di sản được đưa vào danh sách di sản văn hóa thế giới gần đây nhất.

1 답안을 읽어보자

Gần đây 9 thư viện cổ của Hàn Quốc của triều đại Joseon được chọn là di sản văn hóa thế giới. Seowon là thư phòng lớn dành cho việc học tập và nghiên cứu Tân Nho Giáo.

Các thư viện cổ nằm rải rác khắp Hàn Quốc như tỉnh Gyeongsang, thành phố Daegu, tỉnh Jeonla, Chung Cheong v.v..

Và đây cho thấy truyền thống văn hóa Tân Nho Giáo được phổ biến rộng rãi trong xã hội các tập tục giáo dục triều đại Joseon, đồng thời cho thấy quá trình Tân Nho Giáo thay đổi một cách phù hợp với Hàn Quốc nên được chọn làm di sản văn hóa thế giới.

2 뜻을 살펴보자

최근에 조선 시대의 9개의 서원이 세계문화유산으로 지정되었습니다. 서원은 성리학 학습 및 연구를 위한 큰 공부방입니다.

서원은 경상도, 대구, 전라도, 충청도 등처럼 한국의 곳곳에 있습니다.

이는 성리학 전통 문화가 조선 시대의 사회, 교육 풍속에 널리 영향을 주었음을 보여주며, 동시에 성리학이 한국에 적합하게 변화한 과정을 보여주어 세계문화유산으로 지정되었습니다.

3 핵심 키워드만 보고 말해보자

한국어와 베트남어 내용을 모두 숙지했다면 이번에는 키워드만 보고 말하는 연습을 해보세요.

- 9 thư viện cổ, trường học Tân Nho Giáo
- thư phòng lớn : học tập, nghiên cứu Tân Nho Giáo
- cho thấy : Tân Nho Giáo được phổ biến rộng rãi, quá trình Tân Nho Giáo thay đổi phù hợp với Hàn Quốc

제3장

한국의 유형
관광자원/관광지

01 대한민국에 대해 소개해 줄 수 있나요?

> **Anh/Chị có thể giới thiệu một chút về Hàn Quốc không?**

❶ 답안을 읽어보자

Em xin giới thiệu về đất nước Hàn Quốc.

Hàn Quốc là một quốc gia thuộc Đông Bắc Á, và nằm ở phía nam bán đảo Joseon.

Phía bắc giáp với Bắc Hàn, phía đông giáp với biển Đông và phía tây giáp với biển Tây.

Hàn Quốc rộng khoảng 100 nghìn km² và thủ đô là Seoul. Dân số Hàn Quốc là khoảng 50 triệu người. Và Hàn Quốc là nước cộng hòa đại nghị và theo chế độ tổng thống .

❷ 뜻을 살펴보자

한국이라는 나라에 대해 소개하겠습니다.

한국은 동북아시아에 속한 나라로, 한반도의 남쪽에 위치해 있습니다. 북쪽은 북한과 접해있고, 동쪽은 동해, 서쪽은 서해와 접해있습니다. 한국은 약 10만km²에 달하고 수도는 서울입니다. 한국의 인구는 약 5천만 명입니다. 그리고 한국은 대의 민주주의 국가이고 대통령 제도를 따릅니다.

❸ 핵심 키워드만 보고 말해보자

한국어와 베트남어 내용을 모두 숙지했다면 이번에는 키워드만 보고 말하는 연습을 해보세요.

- **Đông Bắc Á, Seoul**
- **Rộng : 100 nghìn km²**
- **Dân số : 50 triệu người**
- **nước cộng hòa đại nghị, chế độ tổng thống**

Hãy giới thiệu về đặc điểm địa lý, địa hình và phân cấp hành chính Hàn Quốc.

① 답안을 읽어보자

Hàn Quốc ít vùng đất thấp. 70% lãnh thổ là vùng cao, ngọn núi và 3 mặt là biển.

Phía đông Hàn Quốc có nhiều ngọn núi còn phía tây và nam có vùng đất thấp dọc theo bờ biển hoặc con sông lớn.

Hàn Quốc được chia thành thủ đô Seoul, 6 thành phố đô thị, 8 tỉnh, 1 tỉnh tự trị đặc biệt Jeju và 1 thành phố tự trị đặc biệt Sejong.

6 thành phố đô thị bao gồm Incheon, Daejeon, Daegu, Ulsan, Busan và Gwangju.

Còn 8 tỉnh bao gồm tỉnh Gyeonggi, Gangwon, Gyeongsang bắc, Gyeongsang nam, Chungcheong bắc, Chungcheong nam, Jeonla bắc, Jeonla nam.

② 뜻을 살펴보자

한국은 저지대가 적습니다. 70%의 영토가 고지대, 산이며 삼면이 바다입니다.

한국의 동쪽에는 산이 많고 서쪽과 남쪽에는 큰 강 혹은 해변을 따라 평야 지대가 있습니다.

한국은 수도 서울, 6개의 광역시, 8도, 제주특별자치도, 세종 특별자치시로 나뉩니다.

6개의 광역시는 인천, 대전, 대구, 울산, 부산과 광주입니다. 그리고 8도는 경기도, 강원도, 경상북도, 경상남도, 충청북도, 충청남도, 전라북도, 전라남도입니다.

③ 핵심 키워드만 보고 말해보자

한국어와 베트남어 내용을 모두 숙지했다면 이번에는 키워드만 보고 말하는 연습을 해보세요.

Đặc điểm địa lý, địa hình :
- 70% lãnh thổ là vùng cao, ngọn núi
- 3 mặt là biển, đông cao tây thấp

Phân cấp hành chính:
1 thủ đô, 8 tỉnh, 6 thành phố đô thị, 1 tỉnh tự trị, 1 thành phố tự trị

03 한국의 5대 궁을 소개해보세요.

 Track 057

> **Hãy giới thiệu 5 cung điện nổi tiếng nhất Hàn Quốc.**

1 답안을 읽어보자

Hàn Quốc có 5 cung điện nổi tiếng ở Seoul là: cung Cảnh Phúc, cung Xương Đức, cung Xương Khánh, cung Khánh Hi và cung Đức Thọ. Cung Cảnh Phúc là cung chính và là cung điện đầu tiên được xây dựng vào thời Joseon. Cung Xương Đức là cung phụ, được xây dựng sau cung Cảnh Phúc nhưng mà được sử dụng như cung chính trong thời gian lâu dài nhất trong triều đại Joseon. Cung Xương Đức được UNESCO chọn làm di sản văn hóa thế giới. Cung Xương Khánh và cung Khánh Hi là cung phụ của cung Xương Đức. Còn cung Đức Thọ là cung chủ yếu được sử dụng vào cuối triều đại Joseon, vua Gojong đã tuyên bố sự mở đầu của ' Đế Quốc Đại Hàn' tại đây.

2 뜻을 살펴보자

한국에는 서울에서 가장 유명한 5대 궁: 경복궁, 창덕궁, 창경궁, 경희궁 그리고 덕수궁이 있습니다. 경복궁은 정궁이자 조선 시대에 처음으로 지어진 궁입니다. 창덕궁은 이궁이자, 경복궁 다음으로 지어졌지만 조선 시대 가장 긴 시간 동안 정궁처럼 사용되었습니다. 창덕궁은 세계문화유산으로 지정되었습니다. 창경궁과 경희궁은 창덕궁의 이궁입니다. 그리고 덕수궁은 조선 시대 말에 주로 사용되었으며, 고종이 이곳에서 '대한제국'의 시작을 선포하였습니다.

3 핵심 키워드만 보고 말해보자

한국어와 베트남어 내용을 모두 숙지했다면 이번에는 키워드만 보고 말하는 연습을 해보세요.

cung Cảnh Phúc, cung Xương Đức (UNESCO), cung Đức Thọ, cung Xương Khánh, cung Khánh Hi

4 이것도 고민해보자

Q Cổng chính của 5 cung điện tên là gì?

5대 궁의 정문 이름은 무엇인가요?

A **Cổng chính của cung Cảnh Phúc là Gwanghwamun, cung Xương Đức là Donhwamun, cung Xương Khánh là Honghwamun, cung Đức Thọ là Daehanmun, cung Khánh Hi là Heunghwamun.**

경복궁의 정문은 광화문, 창덕궁은 돈화문, 창경궁은 홍화문, 덕수궁은 대한문, 경희궁은 흥화문입니다.

Track 058

> **Hãy giới thiệu cung Cảnh Phúc.**

① 답안을 읽어보자

Cung Cảnh Phúc là cung điện chính của triều đại Joseon. Cung Cảnh Phúc có 4 cổng ra vào, là Gwanghwamun, Geonchunmun, Yeongchumun, Shinmumun. Trong đó, Gwanghwamun là cổng chính. Cung có thể chia thành khu hoạt động triều chính, khu sinh hoạt và nghỉ ngơi v.v.. Geunjeongjeon và Sajeongjeon là khu hoạt động triều chính. Geunjeongjeon chủ yếu thiết triều và đón tiếp sứ thần nước ngoài. Còn Sajeongjeon là nơi vua làm việc. Gangnyeongjeon, Gyeotaejeon, Jaseondang là khu sinh hoạt của vua, hoàng hậu và thái tử. Gangnyeongjeon là nơi ở của vua, Gyeotaejeon là nơi ở của hoàng hậu còn Jaseondang là nơi ở của thái tử. Ngoài ra, Gyeonghoeru là nơi yến tiệc diễn ra. Đến cung Cảnh Phúc, du khách có thể cảm nhận sinh hoạt của hoàng gia ngày xưa.

② 뜻을 살펴보자

경복궁은 조선 시대의 정궁입니다. 경복궁에는 출입구가 4개 있습니다, 이는 광화문, 건춘문, 영추문, 신무문입니다. 그중에 광화문은 정문입니다. 궁은 조정 활동 공간, 생활 및 휴식 공간 등으로 나눌 수 있습니다. 근정전과 사정전은 조정 활동 지역입니다. 근정전에서는 주로 조례를 하고 외국 사신을 맞이합니다. 그리고 사정전은 왕이 일을 하는 곳입니다. 강녕전, 교태전, 자선당은 왕, 왕비, 태자의 생활 공간입니다. 강녕전은 왕이 거주하는 곳, 교태전은 왕비가 거주하는 곳, 그리고 자선당은 태자가 거주하는 곳입니다. 그밖에 경회루는 연회가 열리는 곳입니다. 경복궁에 오면, 관광객은 옛 왕가의 생활을 느낄 수 있습니다.

③ 핵심 키워드만 보고 말해보자

한국어와 베트남어 내용을 모두 숙지했다면 이번에는 키워드만 보고 말하는 연습을 해보세요.

cung chính, 4 cổng
- khu hoạt động triều chính : Geunjeongjeon, Sajeongjeon
- khu sinh hoạt và nghỉ ngơi : Gangnyeongjeon, Gyeotaejeon, Jaseondang
- nơi yến tiệc diễn ra : Gyeonghoeru

④ 이것도 고민해보자

Q Ai đã xây cung Cảnh Phúc?

누가 경복궁을 지었나요?

A **Khi vua Thái tổ lập nước và dời đô về Hanyang (Seoul), đã cho khai quốc công thần JeongDoJeon xây cung Cảnh Phúc. Nhưng vào thời chiến tranh Nhâm Thìn với Nhật Bản, cung đã bị Nhật Bản phá hủy và đã được xây dựng lại do Heungseon Daewongun vào thời vua Gojong.**

태조 이성계가 나라를 세우고 한양으로 천도했을 때, 개국공신 정도전에게 경복궁을 짓게 하였습니다. 하지만 임진왜란 때, 일본에 의해 훼손되었다가 고종 때 흥선대원군에 의해 재건되었습니다.

05 창덕궁을 소개해보세요.

Hãy giới thiệu cung Xương Đức.

1 답안을 읽어보자

Cung Xương Đức được xây dựng vào năm 1405. Cung chính là cung Cảnh Phúc còn cung Xương Đức là cung phụ. Nhưng thực ra, cung Xương Đức được sử dụng như cung chính trong thời gian lâu dài nhất triều đại Joseon. Do cuộc chiến tranh Nhâm Thìn, hầu hết mọi cung điện đã bị phá hủy, và được khôi phục lại sau chiến tranh. Trong đó, cung Xương Đức được xây dựng lại đầu tiên. Đặc điểm của cung Xương Đức là không phá hủy môi trường tự nhiên mà xây dựng theo địa hình vốn có. Cổng chính của cung Xương Đức là Donhwamun và theo nguyên tắc thì cổng chính và điện chính phải nằm trong một đường thẳng. Nhưng cổng Donhwamun thì nằm ở phía tây điện chính vì phía trước điện chính có Tông Miếu. Ngoài ra, khu vườn của cung Xương Đức là khu vườn tự nhiên rất hiếm thấy, nên rất có ý nghĩa. Năm 1997, UNESCO đã công nhận cung Xương Đức là di sản văn hóa thế giới.

2 뜻을 살펴보자

창덕궁은 1405년에 지어졌습니다. 정궁은 경복궁이고 창덕궁은 이궁입니다. 하지만 사실, 창덕궁은 조선 시대 때 가장 오랜 기간 동안 정궁처럼 사용되었습니다. 임진왜란으로 인해서 대부분의 궁궐이 훼손되었고, 전쟁 후에 복구되었습니다. 그중, 창덕궁이 가장 먼저 재건되었습니다. 창덕궁의 특징은 자연환경은 훼손하지 않고 원래 지형 그대로 지었다는 것입니다. 창덕궁의 정문은 돈화문인데 원칙에 따르면 정문과 정전은 일직선상에 위치해야 합니다. 하지만 돈화문은 정전의 서쪽에 위치했습니다, 왜냐하면 정전의 앞에 종묘가 있기 때문입니다. 그밖에, 창덕궁의 후원은 자연적인 정원으로 굉장히 보기 드물고, 그래서 의미가 있습니다. 1997년, 창덕궁은 유네스코에 의해 세계문화유산으로 지정되었습니다.

3 핵심 키워드만 보고 말해보자

한국어와 베트남어 내용을 모두 숙지했다면 이번에는 키워드만 보고 말하는 연습을 해보세요.

- cung phụ (sử dụng như cung chính) – sử dụng thời gian lâu dài nhất
- đặc điểm : không phá hủy môi trường, xây dựng theo địa hình vốn có
- cổng chính nằm ở phía tây điện chính
- vườn sau là vườn tự nhiên rất hiếm thấy

06 덕수궁을 소개해보세요.

> Hãy giới thiệu cung Đức Thọ.

❶ 답안을 읽어보자

Ban đầu, cung Đức Thọ là nơi ở của anh trai vua Seongjong chứ không phải là cung điện nên cung Đức Thọ nhỏ hơn các cung điện khác. Nhưng sau thời chiến tranh Nhâm Thìn, các cung điện đã bị phá hủy nên từ khi đó, cung Đức Thọ được sử dụng như là nơi tạm ở của vị vua. Khác với các cung điện khác, trong cung Đức Thọ có nhiều tòa nhà theo kiến trúc phương tây, được gọi là Seokjojeon, Jeonggwanheon v.v.. Nơi này có giá trị lịch sử vì vua Gojong đã tuyên bố sự mở đầu của Đế Quốc Đại Hàn tại đây .

❷ 뜻을 살펴보자

처음에 덕수궁은 성종의 형의 거처로, 궁궐이 아니었기 때문에 다른 궁궐들에 비해 다소 작습니다. 하지만 임진왜란 이후, 궁궐들이 훼손되면서, 그때부터 덕수궁은 왕의 임시 거처로 사용되었습니다. 다른 궁궐들과 달리, 덕수궁에는 석조전, 정관헌 등과 같이 서양 건축 양식을 따른 건물들이 있습니다. 이곳에서 고종이 '대한제국'의 시작을 선포하였기 때문에 이곳은 역사적으로 가치가 있습니다.

❸ 핵심 키워드만 보고 말해보자

한국어와 베트남어 내용을 모두 숙지했다면 이번에는 키워드만 보고 말하는 연습을 해보세요.

- **vốn không phải là cung điện, hơi nhỏ**
- **nơi tạm ở của vị vua, tòa nhà kiến trúc phương tây, Gojong tuyên bố 'Đế Quốc Đại Hàn'**

❹ 이것도 고민해보자

Q Hãy nói về cổng chính của cung Đức Thọ.
덕수궁의 정문에 대해 말해보세요.

A **Vốn lẽ, trong tên các cổng chính của các cung điện trong Seoul có từ 'hwa' nhưng cổng chính của cung Đức Thọ, tên là Daehanmun. Thực ra, trước đây cổng chính là Inhwamun nằm ở phía nam. Nhưng do đường phía trước Inhwamun hẹp, khó đi lại và không sử dụng nhiều nên đã đổi cổng chính sang cổng phía đông , là cổng Daehanmun ngày nay.**

본래 서울의 궁궐의 정문 이름에는 모두 '화'라는 글자가 있습니다. 하지만 덕수궁 정문의 이름은 대한문입니다. 사실, 과거에 정문은 남쪽에 있는 인화문이었습니다. 하지만 인화문 앞이 좁고 다니기가 불편하여 많이 사용하지 않아 오늘날의 대한문인 동쪽문으로 정문을 바꾸었습니다.

07 경희궁을 소개해보세요.

> **Hãy giới thiệu cung Khánh Hy.**

① 답안을 읽어보자

Cung Khánh Hy đã được xây dựng vào thời Gwanghaegun, được gọi là Seogweol.

Nơi này là cung phụ của cung Xương Đức nhưng đã được sử dụng như cung chính vào thời vua Injo.

Vào thời Nhật thuộc, hầu hết cung Khánh Hy đã bị phá hủy và hiện đang khôi phục lại.

② 뜻을 살펴보자

경희궁은 광해군 때 지어졌으며 서궐이라고 불렸습니다.

이곳은 창덕궁의 이궁으로 인조 때 정궁처럼 사용되었습니다.

일본의 식민 통치기간에, 대부분의 경희궁 건축물이 훼손되었으며 현재 재건되고 있습니다.

③ 핵심 키워드만 보고 말해보자

한국어와 베트남어 내용을 모두 숙지했다면 이번에는 키워드만 보고 말하는 연습을 해보세요.

- **Gwanghaegun(Seogweol), sử dụng như cung chính (Injo)**
- **thời Nhật thuộc – bị phá hủy**

Hãy giới thiệu cung Xương Khánh.

① 답안을 읽어보자

Vua Sejong đã xây dựng cung này cho vua cha Taejong, với tên là 'Suganggung'. Nhưng mà sau này vua Seongjong đã đổi tên thành 'cung Xương Khánh'. Vào thời chiến tranh Nhâm Thìn với Nhật Bản, cung này đã bị phá hủy nhiều lần do hỏa hoạn. Hơn nữa, vào thời Nhật thuộc, Nhật Bản đã biến nơi này thành vườn thú. Nhưng sau này chính phủ Hàn Quốc đã khôi phục lại như hiện nay.

② 뜻을 살펴보자

세종대왕이 부친 태종을 위해 '수강궁'이라는 이름의 이 궁을 건립했습니다. 하지만 이후에 성종이 '창경궁'이라고 명칭을 바꾸었습니다. 임진왜란 때, 이 궁은 여러 번 화재로 소실되었습니다. 게다가 일제강점기에 일본이 이곳을 동물원으로 바꿔놓았습니다. 하지만 이후에 한국 정부가 지금의 모습으로 복원하였습니다.

③ 핵심 키워드만 보고 말해보자

한국어와 베트남어 내용을 모두 숙지했다면 이번에는 키워드만 보고 말하는 연습을 해보세요.

- vua Sejong – Suganggung(Taejong), Seongjong(cung Xương Khánh)
- thời Nhật thuộc – vườn thú, chính phủ Hàn Quốc khôi phục lại

09 운현궁을 소개해보세요.

Hãy giới thiệu cung Vân Hiện.

❶ 답안을 읽어보자

Cung Vân Hiện là nhà của Heungseon Daeweongun và là nơi vua Gojong sống đến 12 tuổi. Thành phố Seoul đã khôi phục lại một phần của nơi này để nhiều người có thể tham quan. Hàng năm, nơi này tái diễn lễ đám cưới của vua Gojong và hoàng hậu Myeongseong, được nhiều du khách yêu thích và chú ý.

❷ 뜻을 살펴보자

운현궁은 흥선대원군의 사저이자 고종이 12살까지 살았던 곳입니다. 서울시는 이곳의 일부를 복원하여 많은 사람들이 관람할 수 있게 하였습니다. 매년 이곳에서 고종과 명성황후의 가례를 재연하여 많은 관광객의 사랑과 관심을 받습니다.

❸ 핵심 키워드만 보고 말해보자

한국어와 베트남어 내용을 모두 숙지했다면 이번에는 키워드만 보고 말하는 연습을 해보세요.

- nhà của Heungseon Daeweongun, nơi vua Gojong sống đến 12 tuổi.
- hàng năm tái diễn lễ đám cưới tại đây

10 사대문과 사소문에 대해 말해보세요.

Hãy nói về 4 cổng thành lớn và 4 cổng thành nhỏ ở Seoul.

❶ 답안을 읽어보자

Vua Lý Thái tổ của triều đại Joseon đã dời đô sang Hanyang vào năm 1394, rồi ông đã cho xây tường thành và 4 cổng thành lớn, 4 cổng thành nhỏ tại phía đông tây nam bắc.
4 cổng thành lớn là Bukdaemun(Sukjeongmun), Dongdaemun(Heunginjimun), Namdaemun(Sungnyemun), Seodaemun(Donuimun). Và hiện nay chỉ còn 3 cổng thành trong 4 cổng lớn.
Còn 4 cổng thành nhỏ là Namsomun(Gwanghuimun), Dongsomun(Hyehwamun), Buksomun(Changuimun), Seosomun(Sodeokmun).

❷ 뜻을 살펴보자

조선왕조 이태조는 1394년도에 한양으로 천도한 후, 성벽을 쌓고 동서남북으로 사대문과 사소문을 건축하게 하였습니다.
사대문은 북대문(숙정문), 동대문(흥인지문), 남대문(숭례문), 서대문(돈의문)입니다. 현재 사대 성문 가운데 3개의 대문만 남아 있습니다.
사소문은 남소문(광희문), 동소문(혜화문), 북소문(창의문), 서소문(소덕문)입니다.

❸ 핵심 키워드만 보고 말해보자

한국어와 베트남어 내용을 모두 숙지했다면 이번에는 키워드만 보고 말하는 연습을 해보세요.

- 4 cổng thành lớn : Bukdaemun(Sukjeongmun), Dongdaemun(Heunginjimun), Namdaemun(Sungnyemun), Seodaemun(Donuimun)
- 4 cổng thành nhỏ : Namsomun(Gwanghuimun), Dongsomun(Hyehwamun), Buksomun(Changuimun), Seosomun(Sodeokmun)

11 남대문(숭례문)을 소개해보세요.

Track 065

Hãy giới thiệu cổng thành Namdaemun(Sungnyemun).

❶ 답안을 읽어보자

Namdaemun(Sungnyemun) là cổng thành gỗ có lịch sử 600 năm tại thủ đô Seoul.
Namdaemun được chọn là di sản văn hóa quốc gia "số một" của Hàn Quốc. Namdaemun
đã bị cháy trụi do vụ hỏa hoạn vào năm 2008 nhưng đã được khôi phục lại vào năm 2013.

❷ 뜻을 살펴보자

남대문(숭례문)은 수도 서울에 있는 600년의 역사를 지난 목조 성문입니다. 남대문은 한국의 '국보 1호'로 지정되었습니다. 2008년도에 남대문은 화재사건으로 소실되었으나 2013년도에 복원되었습니다.

❸ 핵심 키워드만 보고 말해보자

한국어와 베트남어 내용을 모두 숙지했다면 이번에는 키워드만 보고 말하는 연습을 해보세요.

- cổng thành gỗ có lịch sử 600 năm
- 2008, đã bị cháy
- 2013, khôi phục lại

12 동대문(DDP)에 대해 말해보세요.

Hãy giới thiệu Dongdaemun(DDP).

---

① 답안을 읽어보자

Dongdaemun(Cổng lớn phía đông) cũng được gọi là Heunginjimun, là cửa phía đông của Seoul vào thời đại Joseon. Heunginjimun là cổng bằng đá, trên cùng là mái làm bằng gỗ. Tại khu Dongdaemun có tòa nhà Dongdaemun Design Plaza(DDP), là một trong khu phức hợp tiêu biểu của Seoul. Tòa nhà được thiết kế do kiến trúc sư người Anh rất nổi tiếng: Zaha Hadid, và DDP là một trong tòa nhà phi định hình lớn nhất thế giới. Hầu như ngày nào cũng có các sự kiện như show thời trang, triển lãm v.v. được tổ chức tại đây.

② 뜻을 살펴보자

동대문(동쪽의 큰 문)은 흥인지문이라고도 불리는데, 조선 시대 서울의 동쪽문을 일컫습니다. 흥인지문은 석조 성문으로 위쪽에는 목조 지붕이 있습니다.

동대문 지역에는 DDP라는 건축물이 있는데, 이는 서울의 대표적인 복합시설 중 하나입니다. 이 건물은 자하 하디드(Zaha Hadid)라는 유명한 영국 건축가에 의해 설계되었으며, DDP는 세계에서 가장 큰 3D 건축 구조 건물 중 하나입니다. 이곳에서 패션쇼, 전시회 등이 거의 매일 열리고 있습니다.

③ 핵심 키워드만 보고 말해보자

한국어와 베트남어 내용을 모두 숙지했다면 이번에는 키워드만 보고 말하는 연습을 해보세요.

- Dongdaemun, cửa phía đông
- DDP : Zaha Hadid, một trong nhà phi định hình lớn nhất thế giới, show thời trang, triển lãm

13 국보와 보물의 차이는 무엇인가요?

Gukbo và Bomul khác nhau thế nào?

❶ 답안을 읽어보자

Em xin giới thiệu Gukbo và Bomul.

Ở Hàn Quốc có hai loại báu vật quốc gia, được gọi là Gukbo và Bomul.

Gukbo là báu vật cấp cao nhất được nhà nước chỉ định, còn Bomul là di sản có giá trị nghệ thuật, học thuật cao. Để được chọn là Gukbo, phải đạt được tiêu chí sau: Ví dụ như phải là Bomul có giá trị lịch sử, học thuật, nghệ thuật cao, phải là di sản lâu đời và đại biểu cho một thời kỳ v.v..

Và hiện nay Gukbo số 1 là Sungnyemun, số 2 là tháp đá 10 tầng Wongaksaji, số 3 là bia tuần thú của vua Jinheung. Còn Bomul số 1 là Heunginjimun, số 2 là chuông đồng Bosingak xưa, số 3 là bia Wongaksaji Daewongaksabi.

❷ 뜻을 살펴보자

국보와 보물에 대해 소개하겠습니다.

한국에는 국보와 보물이라 불리는 국가의 보물이 2종류 있습니다.

국보는 가장 전대미문의 유물로 나라에 의해 지정되며, 보물은 학술적, 예술적 가치가 높은 유물입니다.

국보가 되기 위해서는 다음의 요건을 충족해야 합니다: 예를 들어 역사적, 예술적, 학술적 가치가 높은 보물, 오래되고 한 시대를 대표할 수 있는 유물 등이어야 합니다.

그리고 현재 국보 1호는 숭례문, 2호는 원각사지 10층 석탑, 3호는 진흥왕 순수비입니다. 그리고 보물 1호는 흥인지문, 2호는 옛 보신각 동종, 3호는 원각사지 대원각사비입니다.

❸ 핵심 키워드만 보고 말해보자

한국어와 베트남어 내용을 모두 숙지했다면 이번에는 키워드만 보고 말하는 연습을 해보세요.

- Gukbo : báu vật cấp cao nhất
- Bomul : giá trị nghệ thuật, học thuật cao

◉ 대한민국의 문화재

국가지정문화재	국보, 보물, 국가무형문화재, 사적, 명승, 천연기념물, 중요민속문화재	
시도지정문화재	유형문화재	각 시도별 지정
	무형문화재	
	기념물	
	민속문화재	
문화재자료	각 시도별 지정	
자료	등록문화재, 유네스코 세계유산, 유네스코 세계기록유산, 유네스코 인류무형유산	

제 23조 (보물 및 국보의 지정)

1 문화재청장은 문화재위원회의 심의를 거쳐 유형문화재 중 중요한 것을 보물로 지정할 수 있다.

2 문화재청장은 제1항의 보물에 해당하는 문화재 중 인류문화의 관점에서 볼 때 그 가치가 크고 유례가 드문 것을 문화재위원회의 심의를 거쳐 국보로 지정할 수 있다.

3 제1항과 제2항에 따른 보물과 국보의 지정기준과 절차 등에 필요한 사항은 대통령령으로 정한다.

◉ 한국의 국보

번호	명칭	위치	번호	명칭	위치
1	숭례문	서울	11	미륵사지 석탑	익산
2	원각사지 10층석탑	서울	12	화엄사 각황전 앞 석등	구례
3	북한산 진흥왕 순수비	서울	13	무위사 극락보전	강진
4	고달사지 승탑	여주	14	은해사 거조암 영산전	영천
5	법주사 쌍사자 석등	보은	15	봉정사 극락전	안동
6	탑평리 7층석탑	충주	16	법흥사지 7층전탑	안동
7	봉선홍경사 갈기비	천안	17	부석사 무량수전 앞 석등	영주
8	성주사지 낭혜화상탑비	보령	18	부석사 무량수전	영주
9	정림사지 5층석탑	부여	19	부석사 조사당	영주
10	실상사 백장암 3층석탑	남원	20	불국사 다보탑	경주

◉ 한국의 보물

번호	명칭	위치	번호	명칭	위치
1	흥인지문	서울	6	고달사지 원종대사탑비	여주
2	옛 보신각 동종	서울	7	고달사지 원종대사탑	여주
3	원각사지 대원각사비	서울	8	고달사지 석조대좌	여주
4	중초사지 당간지주	안양	9	서봉사지 현오국사탑비	용인
5	중초사지 3층석탑(해제)	안양	10	장정리 5층석탑	인천

> **Di sản thiên nhiên là gì? Và di sản thiên nhiên số 1 là gì?**

① 답안을 읽어보자

Em xin giới thiệu di sản thiên nhiên Hàn Quốc.

Di sản thiên nhiên là những di sản thiên nhiên quan trọng về mặt địa hình, địa lý tự nhiên, học thuật hoặc là di sản thiên nhiên cần dược bảo vệ do quý hiếm v.v. di sản thiên nhiên số 1 là rừng cây Trắc Bách, phường Do, Daegu.

② 뜻을 살펴보자

한국의 천연기념물에 대해 소개하겠습니다.

천연기념물은 지형적, 자연지리적, 학술적 측면에서 중요한 자연유산 혹은 희귀하여 보호를 필요로 하는 자연유산 등을 말합니다. 천연기념물 1호는 대구 도동 측백나무 숲입니다.

③ 핵심 키워드만 보고 말해보자

한국어와 베트남어 내용을 모두 숙지했다면 이번에는 키워드만 보고 말하는 연습을 해보세요.

- di sản thiên nhiên (số 1: rừng cây Trắc Bách, phường Do, Daegu)
- quan trọng : địa hình, địa lý tự nhiên, học thuật
- cần bảo vệ

15 한국의 가장 높은 3개의 산에 대해 말해보세요.

Hãy nói 3 núi cao nhất Hàn Quốc?

➊ 답안을 읽어보자

Em xin giới thiệu 3 ngọn núi cao nhất bán đảo Hàn.

Núi cao nhất bán đảo Hàn là núi Baekdu, cao 2.744 mét.

Cao thứ nhì là núi Halla, cao 1.950 mét.

Cao thứ ba là núi Jiri, cao 1.915 mét.

* Và theo em biết thì, Việt Nam cũng có một ngọn núi rất cao, tên là núi Phan Xi Păng, cao hơn 3.000 mét.

➋ 뜻을 살펴보자

한반도에서 가장 높은 세 개의 산을 소개하겠습니다.

한반도에서 가장 높은 산은 백두산으로, 2,744m입니다.

두 번째로 높은 산은 한라산으로, 1,950m입니다.

세 번째로 높은 산은 지리산으로, 1,915m입니다.

* 그리고 제가 알기로는, 베트남에도 굉장히 높은 산이 있는데, 이름은 판시판산으로, 3,000m 이상입니다.

➌ 핵심 키워드만 보고 말해보자

한국어와 베트남어 내용을 모두 숙지했다면 이번에는 키워드만 보고 말하는 연습을 해보세요.

Baekdu(2.744 mét), Halla(1.950 mét), Jiri(1.915 mét)

➍ 이것도 고민해보자

Q Hãy giới thiệu ngọn núi nổi tiếng với lá phong.

단풍으로 유명한 산을 소개해보세요.

A **Núi Naejang nằm ở ranh giới tỉnh Jeonlanamdo và Jeonlabukdo và nổi tiếng với lá phong, thác núi v.v..**

Ở Núi Naejang có 11 loại lá phong nên vào mùa thu dãy núi được nhuộm vàng nhuộm đỏ, rất đẹp.

내장산은 전라남도와 전라북도의 경계에 위치해 있으며 단풍과 폭포 등으로 유명합니다.

내장산에는 11가지의 단풍이 있어 가을에 산이 노랗고 빨갛게 물드는데, 굉장히 아름답습니다.

◉ 대한민국의 주요산과 높이

산 이름	해발(m)	지역
백두산	2,744(천지)	북한
한라산	1,950(백록담)	제주
지리산	1,915(천왕봉)	전남, 경남
설악산	1,708(대청봉)	강원
금강산	1,638(비로봉)	북한
덕유산	1,614(향적봉)	전북, 경남
태백산	1,567(장군봉)	강원, 경북
오대산	1,563(비로봉)	강원
가리왕산	1,561(상봉)	강원
소백산	1,440(비로봉)	충북, 경북

16 사적과 명승의 차이점에 대해 말해보세요.

> **Hãy cho biết Sajeok và Myeongseung khác nhau thế nào.**

① 답안을 읽어보자

Ở Hàn Quốc có những di tích và danh lam thắng cảnh được nhà nước chỉ định, gọi là Sajeok và Myeongseung.

Sajeok thường là những di tích mang giá trị lịch sử, nghệ thuật cao và Hàn Quốc có khoảng 500 Sajeok.

Myeongseung thường là những di sản thiên nhiên và Hàn Quốc có khoảng 100 Myeongseung.

Sajeok số 1 là Poseokjeong và Myeongseung số 1 là Sogeumgang ở Gangneung.

② 뜻을 살펴보자

한국에는 국가가 지정한 유적과 명소들이 있는데, 이를 사적과 명승이라 부릅니다.

사적은 보통 역사적 가치와 예술적 가치가 높으며, 한국에는 약 500개의 사적이 있습니다.

명승은 보통 자연 유산들로, 한국에는 약 100개의 명승이 있습니다.

사적 1호는 포석정이고, 명승 1호는 강릉에 있는 소금강입니다.

③ 핵심 키워드만 보고 말해보자

한국어와 베트남어 내용을 모두 숙지했다면 이번에는 키워드만 보고 말하는 연습을 해보세요.

- di tích, danh lam thắng cảnh
- Sajeok : giá trị lịch sử, nghệ thuật cao
- Myeongseung : di sản thiên nhiên

17 삼보사찰에 대해 말해보세요.

> **Hãy nói về tam bảo tự.**

① 답안을 읽어보자

Em xin giới thiệu tam bảo tự Hàn Quốc.

Tam bảo tự là 3 ngôi chùa quan trọng nhất Hàn Quốc, và mỗi chùa đại diện cho một trong tam bảo của Phật Giáo.

Tongdosa (Thông Đô Tự) ở tỉnh Gyeongsangnamdo đại diện cho Phật

Haeinsa (Hải Ấm Tự) ở tỉnh Gyeongsangnamdo đại diện cho Pháp.

Songgwangsa (Tùng Quảng Tự) ở tỉnh Jeonlanamdo đại diện cho Tăng.

② 뜻을 살펴보자

한국의 삼보사찰을 소개하겠습니다.

삼보사찰은 한국의 가장 중요한 삼대 사찰로, 각각의 사찰이 불교의 삼보 중 하나를 대표합니다.

경상남도에 있는 통도사는 불에 해당합니다.

경상남도에 있는 해인사는 법에 해당합니다.

전라남도에 있는 송광사는 승에 해당합니다.

③ 핵심 키워드만 보고 말해보자

한국어와 베트남어 내용을 모두 숙지했다면 이번에는 키워드만 보고 말하는 연습을 해보세요.

Tongdosa (Phật), Haeinsa (Pháp), Songgwangsa (Tăng)

Hãy giải thích về chiếc cầu sông Hàn.

① 답안을 읽어보자

Sông Hàn có 31 chiếc cầu : 27 chiếc cầu dành cho xe và người đi bộ, 4 chiếc cầu dành cho tàu điện ngầm, xe lửa. Trong đó, Hangangcheolgyo được xây dựng đầu tiên vào năm 1900. Do chiến tranh Triều Tiên, cầu đã bị phá hủy nhưng sau này chính phủ đã khôi phục lại. Trong các chiếc cầu, cầu Amsa là cầu xây dựng gần đây nhất. Mỗi khi trời nắng đẹp, nhiều người dân mang gà rán, bia và chiếu đến đây để vui chơi.

② 뜻을 살펴보자

한강에는 31개의 대교가 있으며: 27개의 대교는 차와 보행자를 위한 인도교이고, 4개의 대교는 지하철과 기차를 위한 것입니다. 그중에 한강철교는 1990년에 최초로 건설된 대교입니다. 한국전쟁으로 인해 대교가 부숴졌지만 이후에 정부가 복구하였습니다. 대교들 중, 암사대교가 가장 최근에 건설된 대교입니다. 날이 따스하고 좋을 때마다 많은 시민들이 치킨, 맥주와 돗자리를 가지고 이곳에 놀러옵니다.

③ 핵심 키워드만 보고 말해보자

한국어와 베트남어 내용을 모두 숙지했다면 이번에는 키워드만 보고 말하는 연습을 해보세요.

- có 31 chiếc cầu : 27, 4
- Hangangcheolgyo được xây dựng đầu tiên
- cầu Amsa là cầu xây dựng gần đây nhất

19 서울의 관광특구에 대해 말해보세요.

Hãy nói về đặc khu du lịch của Seoul.

1 답안을 읽어보자

Hiện nay thủ đô Seoul có 6 đặc khu du lịch là: Itaewon, khu Myeongdong, khu Dongdaemun, khu Jongno, khu Jamsil, khu Gangnam. Và Itaewon là nơi được chọn làm đặc khu du lịch đầu tiên.

2 뜻을 살펴보자

현재 한국에는 6개의 관광특구가 있는데: 이태원, 명동, 동대문, 종로, 잠실, 강남입니다. 그리고 이태원이 최초로 관광특구로 지정된 곳입니다.

3 핵심 키워드만 보고 말해보자

한국어와 베트남어 내용을 모두 숙지했다면 이번에는 키워드만 보고 말하는 연습을 해보세요.

- **6 đặc khu du lịch**
- **Itaewon, khu Myeongdong, khu Dongdaemun, khu Jongno, khu Jamsil, khu Gangnam**

> **Hãy kể về khu sầm uất của Seoul (Hongdae/Myeongdong/Insadong).**

❶ 답안을 읽어보자

Hongdae là khu vực được giới trẻ yêu thích vì có nhiều quán ăn ngon, quán rượu, quán cà phê nên rất tốt để chơi. Ngoài ra có nhiều chương trình biểu diễn ngoài đường nên bầu không khí rất tưng bừng. Vào mỗi thứ sáu, thứ bảy nhiều người hẹn hò tại đây.

Myeongdong là khu vực sầm uất, rất nổi tiếng với giới trẻ và du khách. Khu Myeongdong có nhiều công ty tài chính và trung tâm mua sắm nên du khách thường đến đây mua sắm, mua quà lưu niệm.

Insadong nằm ở khu vực Jongno. Insadong là đường phố mà nét truyền thống và hiện đại hài hòa với nhau. Insadong có nhiều cửa hàng bán công nghệ phẩm, đồ cổ, đồ gốm, đồ mỹ thuật. Hơn nữa, ở Insadong có Ssamjigil, là trung tâm mua sắm chuyên về công nghệ phẩm. Vào cuối tuần, nhiều đôi tình nhân mặc áo hanbok đến đây để vui chơi.

❷ 뜻을 살펴보자

홍대에는 맛집, 술집, 커피숍이 많기 때문에 놀기에 좋고, 그래서 젊은이들에게 사랑받는 곳입니다. 그밖에 길거리 공연이 많아 (분위기가) 활기가 넘칩니다. 매 금요일, 토요일마다 많은 사람들이 이곳에서 데이트(만남)를 합니다.

명동은 번화가로, 관광객과 젊은이들에게 매우 유명한 곳입니다. 명동은 금융사가 많고 쇼핑센터가 많아, 관광객들이 보통 이곳에 와서 쇼핑을 하고 기념품을 삽니다.

인사동은 종로 지역에 위치해 있습니다. 인사동은 전통적인 면과 현대적인 면이 조화를 이룬 거리입니다. 인사동에는 공예품, 골동품, 도자기, 미술품을 파는 가게가 많습니다. 게다가, 인사동에는 공예품 전문 쇼핑센터인 쌈지길도 있습니다. 주말에 많은 커플들이 한복을 입고 이곳에 놀러 옵니다.

❸ 핵심 키워드만 보고 말해보자

한국어와 베트남어 내용을 모두 숙지했다면 이번에는 키워드만 보고 말하는 연습을 해보세요.

- Hongdae : giới trẻ, có nhiều chương trình biểu diễn ngoài đường
- Myeongdong : trung tâm mua sắm, công ty tài chính, trung tâm thương mại
- Insadong : con đường văn hóa truyền thống và hiện đại hài hòa với nhau

21 서울의 한옥 마을(북촌/서촌/남산골)에 대해 말해보세요.

 Track 075

> **Hãy kể về làng cổ trong Seoul(Bukchon, Seochon, Namsangol).**

❶ 답안을 읽어보자

Làng cổ Bukchon nằm ở phía bắc Seoul và làng Bukchon nằm gần cung Cảnh Phúc, cung Xương Đức. Làng này được hình thành vào khoảng 600 năm trước và là khu dành cho gia đình có thế lực. Ngày nay, nơi này được xem là khu trung tâm văn hóa truyền thống Seoul và du khách có thể cảm nhận nét đẹp truyền thống Hàn Quốc tại đây.

Các chuyên gia vào triều đại Joseon đã tụ tập lại sống tại Seochon. Các con hẻm của Seochon phức tạp như mê cung nên nhiều người hay bị lạc đường. Nhiều nghệ sỹ nổi tiếng sống ở đây và hiện nay nhiều nghệ sỹ trẻ thường đến đây sáng tác. Seochon cũng là nơi vua Sejong sinh ra.

Làng cổ Namsangol là nơi có thể trải nghiệm ngôi nhà Hanok. Chính phủ Hàn Quốc đã tháo gỡ 5 ngôi nhà Hanok và khôi phục lại tại đây để du khách có thể tham quan và cảm nhận nét đẹp của ngôi nhà Hanok. Ngoài ra, nơi này có quảng trường Time Capsule, nơi chôn 600 vật tượng trưng thời này. Sẽ bảo quản trong 400 năm tới nhằm đời sau có thể biết cuộc sống của người xưa.

❷ 뜻을 살펴보자

북촌 한옥마을은 서울의 북쪽에 위치해 있고, 북촌은 경복궁, 창덕궁 근처에 위치해 있습니다. 이 마을은 약 600년 전에 형성되었고 세력 가문을 위한 지역이었습니다. 오늘날, 이곳은 서울 전통 문화 중심지로 여겨지고, 관광객은 이곳에서 한국의 전통미를 느낄 수 있습니다.

조선 시대의 전문가들은 서촌에 모여 살았습니다. 서촌의 골목들은 미로처럼 복잡하여 많은 사람들이 길을 잃습니다. 많은 저명한 예술가들이 이곳에 살며 현재 많은 젊은 예술가들이 이곳에 와 창작활동을 합니다. 서촌은 세종대왕이 태어난 곳이기도 합니다.

남산골 한옥마을은 한옥을 체험할 수 있는 곳입니다. 한국 정부는 관광객들이 한옥을 관람하고 한옥의 아름다움을 느낄 수 있도록 5채의 한옥을 해체하여 이곳에 복원하였습니다. 그밖에, 이곳에 이 시대를 상징하는 600개의 물건을 묻은 타임캡슐 광장이 있습니다. 다음 세대가 옛 사람의 삶을 알 수 있도록 400년 동안 보관할 것이라고 합니다.

❸ 핵심 키워드만 보고 말해보자

한국어와 베트남어 내용을 모두 숙지했다면 이번에는 키워드만 보고 말하는 연습을 해보세요.

- **Bukchon : gia đình có thế lực, hình thành vào khoảng 600 năm trước**
- **Seochon : chuyên gia triều đại Joseon, phức tạp như mê cung, nghệ sỹ**
- **Namsangol : khôi phục lại 5 ngôi nhà cổ, có quảng trường Time Capsule**

❹ 이것도 고민해보자

Q   Hãy so sánh Bukchon và Seochon.

북촌과 서촌을 비교해보세요.

A   **Vào thời Joseon, Bukchon là khu ở của tầng lớp thượng lưu, còn Seochon là khu ở của dân thường. Cho nên các ngôi nhà Hanok của Bukchon thì to lớn và sang trọng. Còn các ngôi nhà Hanok của Seochon thì mộc mạc, đơn giản hơn, và ở Seochon thì có cả ngôi nhà gạch.**

조선 시대에, 북촌은 상류층의 거주지였고 서촌은 평민의 거주지였습니다. 그래서 북촌의 한옥들은 크고 고급스럽습니다. 서촌의 한옥들은 보다 심플하고 단조롭습니다, 그리고 서촌에는 벽돌집도 있습니다.

22 서울에는 어떤 유명한 전통시장이 있나요? (남대문, 동대문, 광장)

Ở Seoul có những chợ truyền thống nào nổi tiếng? (Namdaemun, Dongdaemun, Gwangjang)

❶ 답안을 읽어보자

Ở Seoul có nhiều khu chợ nổi tiếng như chợ Namdaemun, chợ Dongdaemun, chợ Gwangjang.

Chợ Namdaemun nằm trước Sungnyemun, gần khu Myeongdong, và đây là chợ truyền thống tiêu biểu của Seoul cùng với chợ Dongdaemun. Nhiều người đến đây mua quần áo, đồ dùng nhà bếp, sản phẩm thủ công, hàng nhập ngoại, nhân sâm v.v.. Hơn nữa, có nhiều nhà hàng ngon. Đặc biệt là món kho cá kiếm, mì Kalguksu rất nổi tiếng tại đây.

Từ xưa, chợ Dongdaemun là khu trung tâm mua sắm, luôn đông du khách và nhà buôn, vì đây là chợ đầu mối quần áo lớn nhất Hàn Quốc. Có câu "nếu muốn biết thời trang Hàn Quốc, thì phải đến chợ Dongdaemun".

Nhiều du khách đến đây có thể mua quần áo mốt nhất với giá hợp lý. Hầu hết các tiệm áo mở cửa suốt đêm nên nơi này cũng nổi tiếng với chợ đêm.

Mở cửa hơn 1 thế kỷ, chợ Gwangjang là nơi có thể mua thực phẩm, hàng nhập khẩu, áo truyền thống, đồ gia dụng dành cho vợ chồng mới cưới hoặc các mặt hàng cần cho lễ cưới truyền thống. Khu chợ đặc biệt nổi tiếng với các món ăn như bánh Bindaetteok, cơm cuộn Mayak v.v..

❷ 뜻을 살펴보자

서울에는 남대문, 동대문, 광장시장과 같은 유명한 시장이 많습니다.

남대문은 명동 근처, 숭례문 앞에 위치해 있으며, 이곳은 동대문과 함께 서울의 대표적인 전통시장입니다. 많은 사람들이 이곳에 옷, 부엌용품, 수공품, 외제품, 인삼 등을 사러 옵니다. 게다가 맛있는 식당도 많습니다. 특히 이곳은 갈치 조림과 칼국수가 매우 유명합니다.

과거부터 동대문은 쇼핑 중심지였으며, 항상 관광객과 상인으로 북적였습니다, 왜냐하면 이곳은 한국의 가장 큰 의류 도매시장이기 때문입니다. "한국의 패션을 알고 싶다면, 동대문을 가봐야 한다."라는 말이 있습니다.

많은 관광객들이 이곳에 와 가장 유행하는 옷을 합리적인 가격에 삽니다. 대부분의 옷 가게들이 밤새 문을 열기 때문에 이곳은 야시장으로도 유명합니다.

광장시장은 1세기 이상의 시간 동안 문을 열면서 식품, 수입품, 전통의상, 신혼부부를 위한 살림 또는 전통혼례에 필요한 물품을 살 수 있는 곳입니다. 시장은 특히 빈대떡, 마약 김밥 등과 같은 음식으로 유명합니다.

Track 076

③ 핵심 키워드만 보고 말해보자

한국어와 베트남어 내용을 모두 숙지했다면 이번에는 키워드만 보고 말하는 연습을 해보세요.

chợ Namdaemun : quần áo, đồ dùng nhà bếp, sản phẩm thủ công, hàng nhập khẩu
chợ Dongdaemun : trung tâm mua sắm
chợ Gwangjang : hàng nhập khẩu, áo truyền thống, bánh bindaetteok

④ 이것도 고민해보자

Q Hãy cho biết nơi có thể ăn hải sản tại Busan. Và cho biết tên 5 con cá hoặc hải sản.

부산에서 해산물을 먹을 수 있는 곳을 알려주세요. 그리고 해산물 또는 생선 5가지의 이름을 알려주세요.

A **Du khách có thể ăn hải sản tươi ngon tại chợ cá Jagalchi ở Busan, và có thể ăn các**
loại hải sản như cá kiếm, cá bơn, cá đù, cá thu, mực, bạch tuộc, tôm v.v..

관광객은 싱싱하고 맛있는 해산물을 부산에 있는 자갈치 수산시장에서 먹을 수 있습니다. 그리고 갈치, 광어, 조기, 고등어, 오징어, 낙지,
새우 등을 먹을 수 있습니다.

23 서울에 있는 사찰에 대해 말해보세요.

Track 077

Hãy nói về những ngôi chùa nằm ở Seoul.

❶ 답안을 읽어보자

Chùa Bongeunsa là ngôi chùa tiêu biểu của Seoul. Chùa Bongeunsa được nhà sư Yeonhoe xây dựng vào thời vương triều Silla. Trước đây được gọi là Gyeonseongsa nhưng sau này đổi tên là Bongeunsa. Trong chùa có đại điện Daewoongjeon, Panjeon v.v.. Đến đây, du khách có thể trải nghiệm chương trình lưu trú tại chùa và cảm nhận vẻ đẹp cổ kính tráng lệ của ngôi chùa Hàn Quốc.

❷ 뜻을 살펴보자

봉은사는 서울의 대표적인 사찰입니다. 봉은사는 신라시대 때 연회에 의해 지어졌습니다. 과거에는 견성사라 불렸지만 이후에 봉은사라 명칭을 바꾸었습니다. 사찰 내에는 대전인 대웅전, 판전 등이 있습니다. 여기에 오면, 관광객은 템플스테이를 체험할 수 있고 한국 사찰의 장엄하고 웅장한 아름다움을 느낄 수 있습니다.

❸ 핵심 키워드만 보고 말해보자

한국어와 베트남어 내용을 모두 숙지했다면 이번에는 키워드만 보고 말하는 연습을 해보세요.

- chùa Bongeunsa : ngôi chùa tiêu biểu của Seoul (Silla, Yeonhoe)
- Gyeonseongsa → Bongeunsa

④ 이것도 고민해보자

Q Sự khác biệt của Phật giáo và Nho giáo là gì?

불교와 유교의 차이점은 무엇인가요?

A Phật giáo là một tôn giáo, tu luyện theo lời dạy của Phật Tổ. Phật giáo được truyền từ Tây Vực qua Trung Quốc, rồi lại đến Hàn Quốc. Mục tiêu của Phật giáo là giải thoát từ mọi thứ trên thế gian. Vào thời Goryeo, Phật giáo là tư tưởng thống trị của quốc gia và đã khắc đại tạng kinh 2 lần để khắc phục khó khăn, bảo vệ quốc gia. Nho giáo là tư tưởng, triết học, lời dạy của Khổng Tử. Và vào thời Joseon, vương triều Joseon đã chọn Nho giáo làm quốc giáo nhằm giữ trật tự xã hội và nhấn mạnh tư tưởng trung hiếu. Tam cương ngũ thường là ba quy phạm và năm đạo lý nền tảng của Nho giáo. Và đến nay, tư tưởng Nho giáo vẫn còn in đậm trong nền văn hóa Hàn Quốc.

불교는 하나의 종교로, 부처님의 말씀에 따라 수행을 합니다. 불교는 서역에서 전해져 중국을 거쳐 한국으로 왔습니다. 불교의 목표는 속세의 모든 것들로부터 해탈하는 것입니다. 고려 시대 때부터 불교는 국가 통치 사상이었으며 조국을 보호하고, 어려움을 극복하기 위해 두 차례 대장전을 새겼습니다.

유교는 공자의 사상, 철학, 말씀입니다. 그리고 조선 시대에, 조선 왕조는 사회질서를 유지하고 충효사상을 강조하기 위해 유교를 국교로 정했습니다. 삼강오륜은 유교의 근간이 되는 세 개의 규범이고 다섯 개의 도리입니다. 그리고 오늘날까지 유교사상은 한국 문화에 짙게 남아있습니다.

Yeouido là nơi thế nào?

❶ 답안을 읽어보자

Yeouido nằm ở giữa sông Hàn và trước đây, nơi này là sân bay nhỏ nhưng chính phủ đã phát triển nơi này như ngày nay.

Yeouido vừa là trung tâm chính trị vừa là trung tâm tài chính của Hàn Quốc. Đến đây, du khách có thể tham quan tòa nhà quốc hội, đài truyền hình KBS và các công ty tài chính. Hàng năm, có lễ hội hoa anh đào và lễ hội pháo hoa quốc tế được diễn ra tại đây. Nhiều người thường xuyên đến công viên Yeouido và công viên sông Hàn để đi xe đạp, cắm trại, tản bộ.

❷ 뜻을 살펴보자

여의도는 한강의 가운데에 위치해 있으며 예전에 이곳은 작은 비행장이었으나 정부가 지금처럼 이곳을 개발하였습니다.

여의도는 정치 중심지이며 한국의 금융 중심지입니다. 이곳에 오면 관광객은 국회의사당, KBS 방송국, 금융사들을 볼 수 있습니다. 매년, 여기에서 벚꽃 축제, 불꽃 축제가 개최됩니다. 많은 사람들이 자전거를 타거나, 캠핑 또는 산책을 하기 위해 여의도 공원과 한강 공원에 옵니다.

❸ 핵심 키워드만 보고 말해보자

한국어와 베트남어 내용을 모두 숙지했다면 이번에는 키워드만 보고 말하는 연습을 해보세요.

giữa sông Hàn, sân bay nhỏ → trung tâm chính trị, tài chính
nhà quốc hội, đài truyền hình KBS, lễ hội pháo hoa

Hãy giới thiệu về sông Hàn.

❶ 답안을 읽어보자

Em xin giới thiệu về sông Hàn. Sông Hàn là sông ở Seoul và bắt nguồn từ Gangwondo, dài khoảng 500 cây số. Sông Hàn không những cấp nước cho khu nông thôn, khu công nghiệp mà còn cấp nước cho khu dân cư. Sông Hàn có 31 chiếc cầu, nối phía Nam Bắc Seoul. Quanh năm, nhiều lễ hội như lễ hội pháo hoa, lễ hội hoa, ma-ra-tôn v.v. được tổ chức tại sông Hàn. Vì thế, nhiều người thường xuyên đến sông Hàn chơi.

❷ 뜻을 살펴보자

한강에 대해 소개하겠습니다. 한강은 서울에 있고, 강원도에서 발원하여, 약 500km에 달합니다. 한강은 농업지, 공업단지에 물을 공급할 뿐만 아니라 주거 지역에도 물을 공급합니다. 한강에는 서울의 남북을 잇는 31개의 대교가 있습니다. 일년 내내, 불꽃 축제, 꽃 축제, 마라톤 등과 같이 다양한 축제가 한강에서 개최됩니다. 그렇기 때문에 많은 사람들이 자주 한강에 놀러옵니다.

❸ 핵심 키워드만 보고 말해보자

한국어와 베트남어 내용을 모두 숙지했다면 이번에는 키워드만 보고 말하는 연습을 해보세요.

- sông Hàn(sông to lớn)
- bắt nguồn từ Gangwondo, dài khoảng 500 cây số
- cấp nước cho khu nông thôn, khu nhà máy, khu dân cư

❹ 이것도 고민해보자

Q Hãy nói một chút về du thuyền trên sông Hàn.

한강 유람선에 대해 조금만 말해주세요.

A **Nếu đi du thuyền trên sông Hàn thì có thể ngắm cảnh Seoul và cầu Banpo tuyệt đẹp. Cầu Banpo là một trong những chiếc cầu đẹp nhất Seoul và tại đây có show phun nước cầu vồng ánh trăng. Du khách có thể đi du thuyền ở hai điểm là Jamsil và Yeouido.**

한강 유람선을 타면 서울과 반포대교의 아름다운 풍경을 구경할 수 있습니다. 반포대교는 서울에서 가장 아름다운 대교 중 하나로, 이곳에는 달빛 무지개분수쇼가 있습니다. 관광객은 잠실과 여의도 두 곳에서 유람선을 탈 수 있습니다.

26 국회의사당에 대해 말해보세요.

> **Hãy cho biết về tòa nhà quốc hội.**

❶ 답안을 읽어보자

Tòa nhà quốc hội nằm ở Yeouido, là nơi các nghị sỹ bàn luận về công vụ. Tòa nhà quốc hội có 24 chiếc cột, không những biểu tượng 24 tiết khí mà còn cho thấy ý kiến đa dạng của nhân dân. Mái vòm màu xanh thể hiện ý kiến của 300 nghị sỹ đều được hài hòa, thống nhất qua đối thoại. Phía trước tòa nhà có Haetae. Haetae là con thú truyền thuyết biểu tượng thiện ác, phải trái.

❷ 뜻을 살펴보자

국회의사당은 여의도에 위치해 있으며, 국회의원들이 공무에 대해 논하는 곳입니다. 국회의사당은 24개의 기둥이 있는데, 이는 24절기를 나타낼 뿐만 아니라 다양한 국민의 의견을 상징합니다. 푸른 아치형 지붕은 300명의 국회의원의 의견이 모두 대화를 통해 조화로워지고 통일됨을 표현합니다. 건물 앞에는 해태가 있습니다. 해태는 선악, 옳고 그름을 상징하는 전설의 동물입니다.

❸ 핵심 키워드만 보고 말해보자

한국어와 베트남어 내용을 모두 숙지했다면 이번에는 키워드만 보고 말하는 연습을 해보세요.

- có 24 chiếc cột → biểu tượng 24 tiết khí, ý kiến đa dạng của nhân dân
- ý kiến của 300 nghị sỹ đều được hài hòa qua đối thoại

> **Hãy giới thiệu về tháp N Seoul(tháp Namsan).**

① 답안을 읽어보자

Tháp N Seoul(tháp Namsan) là biểu tượng du lịch của thủ đô Seoul. Lên đỉnh núi, có thể ngắm toàn cảnh Seoul. Trước đây, nơi này từng là đài phát thanh nhưng sau này đã cải tạo thành điểm du lịch như hiện nay. Du khách có thể đi cáp treo để lên tháp N Seoul. Và nhiều đôi tình nhân đến đây móc khóa và bỏ đi chìa khóa, mong tình yêu của họ sẽ vĩnh viễn. Vào ban đêm, tháp N Seoul chiếu màu sắc khác nhau theo tình hình không khí. Nếu không khí tốt thì chiếu màu xanh, bình thường thì chiếu màu xanh lá cây, không tốt thì màu cam, không tốt nhiều thì chiếu màu đỏ.

② 뜻을 살펴보자

N서울타워(남산타워)는 수도 서울의 관광의 상징입니다. 정상에 오르면 서울의 전경을 볼 수 있습니다. 과거에 이곳은 전파탑이었으나 이후에 현재와 같이 여행지로 개조되었습니다. 관광객은 케이블카를 타고 N서울타워에 오를 수 있습니다. 그리고 많은 커플들이 이곳에 와 자물쇠를 채우고 열쇠를 버리며, 그들의 사랑이 영원하길 염원합니다. 밤에 N서울타워는 공기의 상태에 따라 다른 색깔을 비춥니다. 공기가 좋으면 푸른색을, 평범하면 초록색을, 나쁘면 주황색을, 많이 나쁘면 빨간색을 비춥니다.

③ 핵심 키워드만 보고 말해보자

한국어와 베트남어 내용을 모두 숙지했다면 이번에는 키워드만 보고 말하는 연습을 해보세요.

- biểu tượng du lịch Seoul(đài phát thanh điểm du lịch)
- đi cáp treo, tình nhân móc khóa, chiếu màu sắc khác nhau theo tình hình không khí

Đường Seoul 7017 là gì?

❶ 답안을 읽어보자

Cầu vượt ga Seoul được xây dựng vào năm 1970 để giải quyết tình trạng tắc nghẽn giao thông ngày càng gia tăng ở Seoul. Tuy nhiên cầu vượt này càng trở nên cũ kỹ và không thể bảo đảm sự an toàn nên đã ngừng sử dụng. Năm 2014, chính phủ Seoul đã quyết định biến nó thành đường bộ để nhiều người có thể hẹn hò, tản bộ tại 17 chặng đường khác nhau. Em xin giải thích thêm về ý nghĩa của Seoul-ro 7017. Seoul-ro có nghĩa là con đường Seoul. Số 70 có nghĩa là đường Seoul đã được xây dựng ban đầu vào năm 1970. Số 17 có 3 ý nghĩa, thứ nhất là Seoul-ro đã được hồi sinh vào năm 2017, thứ hai là Seoul-ro có 17 chặng đường, thứ ba là đường này cao 17 mét.

❷ 뜻을 살펴보자

서울역 고가 도로는 날이 갈수록 증가하는 서울의 교통체증 상황을 해결하기 위해 1970년도에 지어졌습니다. 하지만 이 도로는 날이 갈수록 낡아졌고 안전을 보장할 수 없어 사용을 중단하였습니다. 2014년도에, 서울시 정부는 많은 시민들이 17개의 서로 다른 구간에서 데이트 및 산책을 할 수 있도록 이를 도보로 바꾸기로 결정하였습니다. 서울로 7017에 대해 추가로 설명드리겠습니다. 서울로는 '서울의 길'이라는 뜻입니다. 70은 서울로가 1970년도에 최초로 지어졌음을 의미합니다. 17은 3가지의 의미가 있는데, 첫째는 서울로는 2017년도에 회생했음을, 둘째는 17개의 구간이 있음을, 셋째는 이 길이 17m의 높이에 있음을 의미합니다.

❸ 핵심 키워드만 보고 말해보자

한국어와 베트남어 내용을 모두 숙지했다면 이번에는 키워드만 보고 말하는 연습을 해보세요.

- xây dựng năm 1970 → tình trạng tắc nghẹn giao thông → ngừng sử dụng
→ dự án Seoul-ro 7017

29 롯데타워, 63빌딩에 대해 설명해보세요.

Hãy giới thiệu về tòa nhà Lotte Tower và tòa nhà 63 tầng.

❶ 답안을 읽어보자

Lotte Tower là tòa nhà phức hợp ở khu Jamsil, có trung tâm mua sắm, khách sạn, văn phòng v.v.. Tòa nhà này cao nhất Hàn Quốc, với 123 tầng, cao 555 mét. Tòa nhà này được thiết kế với mô típ hình tượng của đồ gốm và cây bút của Hàn Quốc, để cho thấy vẻ đẹp của Hàn Quốc. Du khách có thể đi lên đài quan sát SEOUL SKY bằng thang máy. Và có thể ngắm xuống toàn cảnh Seoul qua sàn kính, rất hùng vĩ.

Tòa nhà 63 tầng là của tập đoàn Hanhwa, nằm ở Yeouido. Tòa nhà này cao 249 mét, có 63 tầng. Đây là một trong tòa nhà cao tầng hấp dẫn tại Hàn Quốc và đến đây du khách có thể tham quan công viên thủy sinh, ngắm toàn cảnh Seoul.

❷ 뜻을 살펴보자

롯데타워는 잠실에 위치한 복합타워로, 쇼핑센터, 호텔, 사무실 등이 있습니다. 이 건물은 123층, 555m의 높이로 한국에서 가장 높은 건물입니다. 이 건물은 한국의 아름다움을 표현하기 위해, 한국의 붓과 도자기 형상을 모티브로 설계되었습니다. 여행객들은 엘리베이터를 타고 서울스카이 전망대에 올라갈 수 있습니다. 그리고 유리 바닥을 통해 서울의 전경을 내려다 볼 수 있는데, 매우 아찔합니다.

63빌딩은 여의도에 위치한 한화 그룹의 것입니다. 이 건물은 249m로 63층이 있습니다. 이곳은 한국의 매력적인 고층 빌딩 중 하나이며, 여행객들은 이곳에 와 아쿠아리움을 구경하고, 서울의 전경을 볼 수 있습니다.

❸ 핵심 키워드만 보고 말해보자

한국어와 베트남어 내용을 모두 숙지했다면 이번에는 키워드만 보고 말하는 연습을 해보세요.

- Lotte Tower : cao nhất Hàn Quốc, 123 tầng, 555 mét
- 63 tầng : tập đoàn Hanhwa, 249 mét, 63 tầng

30 청계천에 대해 말해보세요.

Hãy kể về suối Cheonggye.

1 답안을 읽어보자

Dòng suối Cheonggye bắt nguồn từ núi Inwang của Seoul và dài khoảng 10 cây số. Suối này chảy từ tây sang đông. Vào thời Joseon, nơi này thường bị lũ lụt và tai nạn thường xảy ra nên vua Taejong đã cho xây dựng đường dẫn nước. Nhưng sau này dòng suối này đã bị lấp kín. Rồi đến những năm 2000, dòng suối Cheonggye được hồi sinh. Và xây con đường ở hai bên dòng suối để người dân có thể đi bộ. Sự hồi sinh của dòng suối Cheonggye đã nâng cao mức sống của người dân Seoul. Nếu đến nơi này, du khách có thể nhìn thấy tác phẩm như nơi giặt giũ Cheonggye, bức tường ước mơ, tháp ốc v.v..

2 뜻을 살펴보자

청계천은 서울의 인왕산에서 발원하였으며 약 10km에 달합니다. 이 개천은 서쪽에서 동쪽으로 흐릅니다. 조선 시대 때, 이곳이 자주 범람하여 사고가 끊임없이 발생하자 태종이 수로를 만들게 하였습니다. 하지만 이후에 이 개천은 매립되었습니다. 그리고 2000년대가 되어 청계천은 복구가 되었습니다. 그리고 개천의 양쪽에 도로를 만들어 시민들이 걸어다닐 수 있게 하였습니다. 청계천의 회생은 서울 시민들의 삶의 수준을 높였습니다. 이곳에 오면 관광객은 청계천 빨래터, 소망의 벽, 소라탑 등과 같은 작품들을 볼 수 있습니다.

3 핵심 키워드만 보고 말해보자

한국어와 베트남어 내용을 모두 숙지했다면 이번에는 키워드만 보고 말하는 연습을 해보세요.

bắt nguồn từ núi Inwang / dài khoảng 10km
thời Joseon – lũ lụt vua Taejong cho xây dựng đường dẫn nước
những năm 2000, dòng suối Cheonggye được hồi sinh

Muốn tham quan nhà xanh thì phải làm thế nào?

---

1 답안을 읽어보자

Nhà xanh là nơi ở và làm việc của tổng thống Hàn Quốc, nằm tại quận Jong-no. Và để tham quan nhà xanh, phải đặt trước qua mạng. Phí tham quan là miễn phí nhưng hạn chế số người tham quan theo ngày. Và có thể đặt từ 6 tháng trước đến 20 ngày trước ngày tham quan. Du khách có thể tham quan nhà Xanh từ thứ ba đến thứ sáu hàng tuần và thứ bảy tuần thứ hai, thứ bảy tuần thứ tư.

2 뜻을 살펴보자

청와대는 종로구에 위치한 한국 대통령의 거처이자 업무를 보는 곳입니다.
청와대를 관람하기 위해서는 미리 인터넷으로 신청을 해야합니다. 관람료는 무료이지만 날에 따라 관람인원을 제한합니다. 그리고 관람하는 날로부터 6개월 전에서 20일 전까지 신청이 가능합니다. 관광객은 매주 화요일부터 금요일, 그리고 둘째 주와 넷째 주 토요일에 청와대를 방문할 수 있습니다.

3 핵심 키워드만 보고 말해보자

한국어와 베트남어 내용을 모두 숙지했다면 이번에는 키워드만 보고 말하는 연습을 해보세요.

nơi ở và làm việc của tổng thống
tham quan : đặt trước qua mạng (6 tháng trước – 20 ngày trước)
mở cửa : thứ ba – thứ sáu / thứ bảy tuần thứ hai và tuần thứ tư

32 한국테마파크(롯데월드, 에버랜드)를 추천해주세요.

 Track 086

Anh/Chị hãy giới thiệu công viên chủ đề của Hàn Quốc(Lotte World, Everland).

1 답안을 읽어보자

Em xin giới thiệu công viên chủ đề Lotte World và Everland. Lotte World là một trong công viên giải trí trong nhà lớn nhất thế giới và nằm ở Seoul nên có thể dễ dàng đến chơi. Ở Lotte World có trung tâm thương mại, công viên, bảo tàng v.v. nên du khách có thể mua sắm, giải trí và tham quan.

Còn Everland là công viên giải trí ở Yongin, và nổi tiếng khắp Châu Á với danh hiệu là "Disneyland thu nhỏ".

2 뜻을 살펴보자

롯데월드와 에버랜드 테마파크를 소개하겠습니다. 롯데월드는 세계에서 가장 큰 실내 테마파크 중 하나이며, 서울에 위치해 있어 놀러 가기에 용이합니다. 롯데월드에는 쇼핑센터, 공원, 박물관 등이 있어 관광객이 쇼핑, 엔터테인먼트, 관람을 즐길 수 있습니다. 그리고 에버랜드는 용인에 위치한 테마파크로, '디즈니랜드 축소판'이라는 타이틀로 전 아시아에서 유명합니다.

3 핵심 키워드만 보고 말해보자

한국어와 베트남어 내용을 모두 숙지했다면 이번에는 키워드만 보고 말하는 연습을 해보세요.

- **Lotte World : công viên giải trí trong nhà, Seoul**
- **Everland : Disneyland thu nhỏ**

Track 087

> **Hãy cho biết những điểm quay phim tại Hàn Quốc và hãy giới thiệu một điểm.**

① 답안을 읽어보자

Hàn Quốc có rất nhiều điểm quay phim như du thuyền sông Hàn, tháp Namsan, suối Cheonggye, Myeongdong v.v.. Và trong đó, em muốn nói về tháp Namsan. Tháp Namsan là điểm du lịch tiêu biểu của Seoul. Trước đây, tháp Namsan là đài phát thanh nhưng sau này đã trở thành điểm du lịch như ngày nay. Lên tháp Namsan có thể ngắm toàn cảnh Seoul, rất đẹp.

② 뜻을 살펴보자

한국에는 한강 유람선, 남산서울타워, 청계천, 명동 등과 같은 영화 촬영지가 아주 많습니다. 그리고 그중에, 저는 남산서울타워에 대해 말하고 싶습니다. 남산타워는 서울의 상징적인 관광지입니다. 과거에 이곳은 전파탑이었으나 이후에 오늘날과 같은 여행지가 되었습니다. 남산타워에 올라가면 서울의 전경을 볼 수 있는데 매우 아름답습니다.

③ 핵심 키워드만 보고 말해보자

한국어와 베트남어 내용을 모두 숙지했다면 이번에는 키워드만 보고 말하는 연습을 해보세요.

du thuyền trên sông Hàn, tháp Namsan, suối Cheonggye, Myeongdong

34 한국에 있는 동굴의 종류에 대해 설명해주세요.

 Track 088

Hãy giải thích về loại hình hang động tại Hàn Quốc.

① 답안을 읽어보자

Hàn Quốc thường có 3 loại hình hang động là 'hang động đá vôi, hang động bờ biển, hang động nham thạch'. Một trong hang đá vôi nổi tiếng là hang động Gosu nằm ở Danyang, tỉnh Chungcheong. Đảo Jeju là đảo núi lửa nên có nhiều động nham thạch, và một trong động nham thạch nổi tiếng ở Jeju là động Manjang. Động Manjang được biết đến là động dài nhất thế giới. Và động Chodang ở Samcheok, tỉnh Gangwon là động đá vôi lớn nhất Hàn Quốc.

② 뜻을 살펴보자

한국의 동굴은 보통 세 가지 종류로 석회동굴, 해식동굴, 그리고 용암동굴이 있습니다. 유명한 석회동굴 중 하나는 충청도 단양에 있는 고수동굴입니다. 제주도는 화산섬이기에 용암동굴이 굉장히 많고, 제주에서 유명한 용암동굴 중 하나는 만장굴입니다. 만장굴은 세계에서 가장 긴 동굴 중 하나로 알려져 있습니다. 또한, 강원도 삼척에 있는 초당동굴은 한국에서 가장 큰 석회동굴입니다.

③ 핵심 키워드만 보고 말해보자

한국어와 베트남어 내용을 모두 숙지했다면 이번에는 키워드만 보고 말하는 연습을 해보세요.

hang động đá vôi(Chodang & Gosu), hang động nham thạch (Jeju-Manjang), hang động bờ biển

Hãy giới thiệu suối nước nóng nổi tiếng ở Hàn Quốc.

1 답안을 읽어보자

Ở Hàn Quốc có nhiều điểm suối nước nóng nổi tiếng như: suối nước nóng Onyang, I-cheon, Bugok, Suanbo v.v.. Và trong đó, suối nước nóng Onyang nằm ở tỉnh Chungcheong là suối nước nóng lâu đời nhất tại Hàn Quốc. Suối nước nóng tốt cho làn da chữa các bệnh như đau dây thần kinh, lưu thông mạch máu nên nhiều người Hàn Quốc thường đến suối nước nóng vào mùa đông.

Xin hết.

2 뜻을 살펴보자

한국에는 온양온천, 이천, 부곡, 수안보와 같은 유명한 온천지가 많습니다. 그리고 그중, 충청도에 있는 온양온천이 한국에서 가장 오래됐습니다. 온천은 피부에 좋고, 신경계와 혈액순환 질병을 낫게 해주어 보통 겨울에 많은 한국 사람이 온천에 갑니다.

마치겠습니다.

3 핵심 키워드만 보고 말해보자

한국어와 베트남어 내용을 모두 숙지했다면 이번에는 키워드만 보고 말하는 연습을 해보세요.

- **Onyang, I-cheon, Bugok, Suanbo**
- **Onyang → tỉnh Chungcheong : lâu đời nhất**
- **tốt cho da, chữa các bệnh**

◉ 전국의 주요 온천

약암 온천	경기 김포시	변산 온천	전북 부안군
이천 온천	경기 이천시	담양 온천	전남 담양군
오색 온천	강원 양양군	월출산 온천	전남 영암군
유성 온천	대전 유성구	가창 온천	대구 달성군
온양 온천	충남 아산시	약산 온천	대구 달성군
도고 온천	충남 아산시	풍기 온천	경북 영주시
아산 온천	충남 아산시	백암 온천	경북 울진군
덕산 온천	충남 예산군	문경 온천	경북 문경시
초정 온천	충북 청주시	청도 온천	경북 청도군
수안보 온천	충북 충주시	동래 온천	부산 동래구
문강 온천	충북 충주시	해운대 온천	부산 해운대구
양성 온천	충북 충주시	부곡 온천	경남 창녕군

36 추천하고 싶은 국립공원을 소개해보세요.

Hãy giới thiệu công viên quốc gia (vườn quốc gia).

1 답안을 읽어보자

Núi Mudeung là công viên quốc gia nằm ở Gwangju, được chỉ định gần đây. Nơi đây có nhiều thứ để xem, nhất là vách đá 'Jusangjeolri' rất hùng vĩ và đẹp. Vách đá được hình thành do hoạt động núi lửa. Cho nên núi Mudeung cũng được gọi là 'cột đá do thần ban'. Và cảnh cỏ lau vào mùa thu của núi Mudeung cũng rất đẹp.

2 뜻을 살펴보자

광주에 있는 무등산은 최근에 국립공원으로 지정었습니다. 여기에는 볼거리가 많으며, 주상절리가 특히나 웅장하고 아름답습니다. 주상절리는 화산 활동에 의해 만들어 집니다. 그래서 무등산을 '신이 빚은 돌기둥'이라고 부르기도 합니다. 그리고 무등산의 가을 억새풀 역시 아름답습니다.

3 핵심 키워드만 보고 말해보자

한국어와 베트남어 내용을 모두 숙지했다면 이번에는 키워드만 보고 말하는 연습을 해보세요.

- núi Mudeung → công viên quốc gia gần đây
- Jusangjeolri → vách đá, núi lửa
- cảnh cỏ lau vào mùa thu

Anh/Chị hãy cho tôi biết về đảo Nam-i.

① 답안을 읽어보자

Em xin giới thiệu Đảo Nam-i.
Đảo Nam-i nằm ở khu hồ Cheongpyeong và là nơi quay bộ phim 'bản tình ca mùa đông'.
Đảo Nam-i rất nổi tiếng với hàng cây ngân hạnh, rất đẹp và thích hợp để chụp hình.
Du khách đến đây có thể tản bộ, ăn món ăn ngon, đi xe đạp, tham quan bảo tàng âm nhạc.
Đảo Nam-i đẹp quanh năm nên mỗi năm có hơn 2 triệu du khách đến thăm.
Ngoài ra, có phòng cầu nguyện cho người hồi giáo nên các du khách hồi giáo cũng thích đến đây.

② 뜻을 살펴보자

남이섬을 소개하겠습니다.
남이섬은 청평호 쪽에 위치하였으며 '겨울연가' 촬영지입니다.
남이섬은 아름다운 은행나무 길로 유명하며, 사진 찍기에 좋습니다.
관광객은 이곳에서 산책을 하고, 맛있는 음식을 먹고, 자전거를 타고, 뮤직박물관을 관람할 수 있습니다.
남이섬은 일년 내내 아름다워 매년 2백만 명 이상의 관광객이 방문합니다.
그밖에 이슬람교인을 위한 기도실도 있어 이슬람교 관광객들도 이곳에 오는 것을 좋아합니다.

③ 핵심 키워드만 보고 말해보자

한국어와 베트남어 내용을 모두 숙지했다면 이번에는 키워드만 보고 말하는 연습을 해보세요.

- khu hồ Cheongpyeong, quay bộ phim 'bản tình ca mùa đông'
- tản bộ, ăn món ngon, đi xe đạp

38 용인 한국민속촌에 대해 말해보세요.

Hãy giới thiệu làng dân tộc Hàn Quốc ở Yong-in.

① 답안을 읽어보자

Em xin giới thiệu làng dân tộc Hàn Quốc.
Làng dân tộc Hàn Quốc nằm ở Yong-in và là nơi tái hiện đời sống của người Joseon, khoảng thế kỉ 17-18. Đến đây du khách có thể biết được cuộc sống, văn hóa của người xưa và cũng có thể xem buổi biểu diễn truyền thống tại đây. Nên nhiều người thường đến đây tham quan.

② 뜻을 살펴보자

한국민속촌을 소개하겠습니다.
한국민속촌은 용인에 위치해 있고, 17-18세기 조선 시대의 삶을 재현한 곳입니다. 이곳에 가면 관광객들은 옛날 사람들의 문화와 삶(생활)을 알 수 있고, 전통 공연도 볼 수 있습니다. 그래서 많은 사람들이 이곳으로 관람하러 옵니다.

③ 핵심 키워드만 보고 말해보자

한국어와 베트남어 내용을 모두 숙지했다면 이번에는 키워드만 보고 말하는 연습을 해보세요.

- **làng dân tộc → Yong-in**
- **tái hiện đời sống của người Joseon (thế kỷ 17-18)**

39 경주 대릉원에 대해 말해보세요.

> **Hãy giới thiệu khu lăng mộ hoàng gia Daereungwon (Đại Lăng Uyển)**

❶ 답안을 읽어보자

Em xin giới thiệu Daereungwon.
Khu lăng mộ hoàng gia Daereungwon nằm ở Gyeongju và là nơi có 23 lăng mộ của các vị vua, hoàng hậu thời Silla, bao gồm Cheonmachong, Hwangnamdaechong, lăng Michu v.v.. Nơi đây cho thấy nét đặc sắc của ngôi mộ Silla. Daereungwon là một phần của khu di tích Gyeongju và cũng được UNESCO chỉ định là di sản thế giới.

❷ 뜻을 살펴보자

대릉원을 소개하겠습니다.
경주에 있는 대릉원은 천마총, 황남대총, 미추왕릉 등을 포함한 신라시대 왕과 왕비의 23개의 릉이 있는 곳입니다.
이곳은 신라 릉의 독특함을 보여줍니다. 대릉원은 경주유적지구의 한 부분이며 유네스코에 의해 세계유산으로 지정되었습니다.

❸ 핵심 키워드만 보고 말해보자

한국어와 베트남어 내용을 모두 숙지했다면 이번에는 키워드만 보고 말하는 연습을 해보세요.

- **23 lăng mộ của vị vua, hoàng hậu thời Silla.**
- **bao gồm Cheonmachong, Hwangnamdaechong, lăng Michu, một phần của khu di tích Gyeongju**

40 첨성대를 설명하세요.

> **Hãy giải thích về đài Cheomseong(Chiêm Tinh)**

❶ 답안을 읽어보자

Em xin giới thiệu đài Cheomseong.

Đài Cheomseong được xây dựng vào thời nữ hoàng Seondeok và là đài thiên văn lâu đời nhất Đông Á.

Đài Cheomseong là nơi quan sát thiên văn để đoán điểm lành dữ của đất nước và xác nhận thời điểm làm nông. Trong suốt hơn 1300 năm, đài Cheomseong vẫn giữ nguyên vẹn kiến trúc hình ống.

❷ 뜻을 살펴보자

첨성대를 소개하겠습니다.

첨성대는 선덕여왕 때 지어졌으며, 동아시아에서 가장 오래된 천문대입니다.

첨성대는 천문을 관측하는 곳으로, 국가의 길조와 흉조를 예측하고 농사짓는 시기를 확인하기 위함이였습니다.

1300여 년 동안 첨성대는 원기둥 건축물의 모습 그대로 잘 보존되었습니다.

❸ 핵심 키워드만 보고 말해보자

한국어와 베트남어 내용을 모두 숙지했다면 이번에는 키워드만 보고 말하는 연습을 해보세요.

- xây dựng vào thời nữ hoàng Seondeok
- đài thiên văn lâu đời nhất Đông Á
- quan sát thiên văn(điểm lành dữ, thời điểm làm nông)
- kiến trúc hình ống

41 다보탑과 석가탑의 차이를 말해보세요.

 Track 095

Tháp Dabo và Tháp Seokga khác nhau thế nào?

1 답안을 읽어보자

Tháp thời Silla thường là tháp 3 tầng, và tháp Seokga là tháp tiêu biểu của thời ấy.
Kiến trúc tháp Seokga đơn giản nhưng mang vẻ cân xứng hài hòa.
Còn tháp Dabo được trang trí bằng 'thất bảo' (7 báu vật được nhắc đến trong kinh Phật) nên rất tráng lệ, cho thấy kỹ thuật điêu khắc đá tinh xảo của thời Silla.

2 뜻을 살펴보자

신라 시대 때 탑은 보통 3층 탑이며, 석가탑이 당대의 대표적인 탑입니다.
석가탑의 건축양식은 단조로우나 조화로운 균형을 보여줍니다.
다보탑은 '칠보' (불경에서 언급되는 7개의 보물)로 장식되어 굉장히 화려하고, 이는 신라 시대의 정교한 조각 기술을 보여줍니다.

3 핵심 키워드만 보고 말해보자

한국어와 베트남어 내용을 모두 숙지했다면 이번에는 키워드만 보고 말하는 연습을 해보세요.

- **tháp thời Silla : tháp 3 tầng**
- **tháp Seokga : đơn giản, mang vẻ cân xứng**
- **tháp Dabo : trang trí bằng thất bảo tráng lệ**

150 베트남어 관광통역안내사

Hãy giải thích về chuông vua Seongdeok (chuông Emille).

❶ 답안을 읽어보자

Chuông đồng vua Seongdeok là chuông lớn nhất Hàn Quốc. Và được biết đến với tên gọi là 'chuông Emille', hiện đang được bảo quản tại bảo tàng quốc gia Gyeongju. Nghe nói trước đây khi chuông vang lên, tiếng chuông vang đến nơi cách 40 dặm. Emille có nghĩ là 'mẹ' bằng tiếng nói của Silla, và chuông đồng này có một truyền thuyết đáng kinh ngạc. Đó là, khi chuông đồng mới được làm ra, dù gõ mấy lần cũng không nghe thấy được tiếng gì cả. Và một hôm, một nhà sư nằm mơ nghe thấy 'nếu cho một đứa bé vào trước khi đúc xong chuông đồng thì sẽ nghe thấy được tiếng chuông'. Ông liền thức dậy và đã làm theo trong giấc mơ. Và từ đó, chuông bắt đầu vang lên với âm thanh tuyệt vời.

❷ 뜻을 살펴보자

성덕대왕 신종은 한국에 현존하는 가장 큰 종입니다.
에밀레종으로 알려지기도 했고 현재 경주의 국립박물관에 소장되어 있습니다. 예전에 종이 울렸을 때, 종소리가 40마일 멀리까지 울려퍼졌다고 합니다. 에밀레는 신라의 말로 '어미'라는 뜻이며, 이 종에는 충격적인 전설이 하나 있습니다.
그것은 이 종이 처음 만들어졌을 때, 몇 번을 쳐도 아무런 소리가 들리지 않았다고 합니다. 그리고 어느 날, 한 스님이 꿈에서 '만약 종이 주조되기 전에 아이를 던져넣으면, 종이 울릴 것이다'라는 말을 듣습니다. 그는 바로 일어나 꿈대로 행했습니다. 그리고 그때부터 종은 아름다운 소리를 내며 울렸다고 합니다.

❸ 핵심 키워드만 보고 말해보자

한국어와 베트남어 내용을 모두 숙지했다면 이번에는 키워드만 보고 말하는 연습을 해보세요.

chuông lớn nhất Hàn Quốc, bảo tàng quốc gia Gyeongju, 40 dặm

Track 097

Anh/Chị có thể cho biết về lăng vua Muryeong không?

❶ 답안을 읽어보자

Em xin giới thiệu lăng vua Muryeong.

Lăng vua Muryeong nằm ở Gongju, và là lăng mộ làm bằng gạch đá, theo kiểu lăng mộ Trung Quốc thời đó.

Hầm mộ là hình chữ nhật và trần mộ là hình vòm, tất cả các tường đá được trang trí bằng hoa sen và mây.

Bia mộ đã được phát hiện trong lăng và được biết là lăng của vua Muryeong.

Đây là một trong lăng mộ cổ, biết được chính xác chủ ngôi mộ là ai.

Hầu hết lăng mộ cổ khó biết được chủ ngôi mộ nhưng mộ này thì ngoại lệ.

❷ 뜻을 살펴보자

무령왕릉을 소개하겠습니다.

무령왕릉은 공주에 위치해 있으며, 벽돌로 만들어진 무덤이고 당시 중국의 무덤 형태를 따랐습니다.

무덤 안은 사각형 모양으로 되어 있고, 천장은 돔형이며 모든 벽이 연꽃, 구름으로 장식되어 있습니다.

릉 내에서 묘비가 발견되었으며, 덕분에 묘의 주인이 누구인지 정확히 알 수 있었습니다.

대부분의 고분은 묘의 주인이 누구인지 알기 어려우나 이 고분은 예외입니다.

❸ 핵심 키워드만 보고 말해보자

한국어와 베트남어 내용을 모두 숙지했다면 이번에는 키워드만 보고 말하는 연습을 해보세요.

- **nằm ở Gongju, lăng mộ bằng gạch đá**
- **bia mộ được phát hiện biết được lăng của vua Muryeong**

44 판문점에 대해 말해보세요.

> **Hãy giới thiệu Bàn Môn Điếm.**

1 답안을 읽어보자

Em xin giới thiệu Bàn Môn Điếm.

Bàn Môn Điếm nằm trong khu phi quân sự Joseon, và nửa nơi này là Nam Hàn, và nửa nơi còn lại là Bắc Hàn. Sau cuộc chiến tranh Triều Tiên, Mỹ, Nga và Trung Quốc đã ký kết hiệp định ngừng chiến tại đây. Đây là khu vực mang lịch sử đau buồn của Joseon. Nhưng gần đây tổng thống Moon Jae In của Hàn Quốc và chủ tịch Kim Jeong Eun của Bắc Hàn đã gặp tại đây, cùng tuyên bố hòa bình để chấm dứt cuộc chiến Hàn Quốc. Do đó, nơi này trở thành một biểu tượng cho hòa bình của đất nước Hàn Quốc.

2 뜻을 살펴보자

판문점을 소개하겠습니다.

판문점은 한반도의 비무장 지대에 위치해 있으며, 이곳의 반은 남한이고 나머지 반은 북한 지역입니다. 한국 전쟁 이후, 한국, 미국, 러시아, 중국이 이곳에서 휴전 협정을 맺었습니다. 이곳은 한반도의 아픈 역사를 가지고 있습니다. 하지만 최근에 한국의 문재인 대통령과 북한의 김정은 위원장이 이곳에서 만나 함께 평화를 선언하며 한국 전쟁을 끝내고자 하였습니다. 그로 인해, 이곳은 한국의 평화의 상징이 되었습니다.

3 핵심 키워드만 보고 말해보자

한국어와 베트남어 내용을 모두 숙지했다면 이번에는 키워드만 보고 말하는 연습을 해보세요.

- khu phi quân sự Joseon
- mang lịch sử đau buồn của Joseon
- Nam Bắc tuyên bố hòa bình, biểu tượng cho hòa bình

45 갯벌은 무엇인가요?

Gaetbeol(bãi bùn) là gì?

① 답안을 읽어보자

Em xin giới thiệu bãi bùn Hàn Quốc.

Gaetbeol(bãi bùn) là vùng đất ngập nước ven biển, hình thành do thủy triều.

Và vùng biển Nam và biển Tây của Hàn Quốc không sâu, rất phù hợp để bãi bùn được hình thành.

Nơi này là nơi ở của hơn 600 loại sinh vật và là 1 trong 5 bãi bùn lớn của thế giới.

Du khách có thể đến đây trải nghiệm đào sò huyết, bạch tuộc v.v..

② 뜻을 살펴보자

한국의 갯벌을 소개하겠습니다.

갯벌은 연안습지이며 조류의 퇴적 작용으로 형성되었습니다.

한국의 남해와 서해는 깊지 않아, 갯벌이 형성되기에 아주 적합합니다.

이곳은 600여 생물의 서식지이며 세계 5대 갯벌 중 하나입니다.

관광객은 이곳에 와서 꼬막을 캐고 낙지 등을 잡을 수 있습니다.

③ 핵심 키워드만 보고 말해보자

한국어와 베트남어 내용을 모두 숙지했다면 이번에는 키워드만 보고 말하는 연습을 해보세요.

- **vùng đất ngập nước ven biển** → **thủy triều**
- **vùng biển Nam, biển Tây**
- **hơn 600 loại sinh vật, 1 trong 5 bãi bùn**

46 순천만에 대해 말해보세요.

> **Anh/Chị hãy giải thích về vịnh Suncheon.**

① 답안을 읽어보자

Em xin giới thiệu vịnh Suncheon.

Vịnh Suncheon nằm ở tỉnh Jeonla là một trong vùng đầm lầy ven biển được bảo tồn tốt nhất trên thế giới. Nơi đây có rất nhiều tài nguyên biển như sò, cua v.v. và có nhiều loại chim quý hiếm sinh sống tại đây.

Nơi này được ký hiệp ước Ramsar, và đang được bảo tồn rất tốt. Suncheon là một trong điểm du lịch phải đi khi đến thăm Hàn Quốc.

② 뜻을 살펴보자

순천만을 소개하겠습니다.

순천만은 전라도에 위치해 있으며 세계에서 가장 잘 보존된 습지 중 하나입니다. 이곳은 조개, 게 등과 같은 해양생물이 많으며 희귀 조류들이 이곳에 서식합니다.

이곳은 람사르 협약을 맺었고, 현재 잘 보존되고 있습니다. 순천은 한국에 왔을 때 꼭 가봐야 할 여행지입니다.

③ 핵심 키워드만 보고 말해보자

한국어와 베트남어 내용을 모두 숙지했다면 이번에는 키워드만 보고 말하는 연습을 해보세요.

- **vùng đầm lầy, bảo tồn tốt (tài nguyên biển, loài chim quý hiếm)**
- **ký hiệp ước Ramsar**

47 부산 (해운대, 동백섬, 감천문화마을 등)에 대해 말해보세요.

> **Hãy nói về Busan(Haeundae, đảo Dongbaek, làng văn hóa Gamcheon v.v.).**

① 답안을 읽어보자

Em xin giới thiệu Busan. Busan là thành phố lớn thứ hai của Hàn Quốc nên có nhiều món ăn ngon và điểm du lịch nổi tiếng. Hơn nữa, có thể đi đến Busan bằng tàu KTX, chỉ mất 3 tiếng từ Seoul. Nếu đến Busan, nhất định phải đến thăm bãi biển Haeundae, làng văn hóa Gamcheon, đảo Dongbaek.

Bãi biển Haeundae không những là nơi nghỉ mát mùa hè nổi tiếng nhất Hàn Quốc mà còn là biểu tượng của Busan. Hàng năm, hơn 10 triệu du khách kéo đến đây để nghỉ mát.

Vào năm 1950, người tị nạn chiến tranh Triều Tiên đã định cư tại Gamcheon, và ngôi làng được bắt đầu từ đó. Năm 2009, chính phủ đã cho các nghệ sĩ tạo làng văn hóa Gamcheon như cảnh hiện nay. Đây được gọi là làng Lego, Santorini của Hàn Quốc do màu sắc ngôi nhà đa dạng và rực rỡ.

Chính phủ Hàn Quốc đã nối liền đảo Dongbaek với bãi biển Haeundae. Từ khi đó, nhiều người đến thăm đảo Dongbaek. Trước đây, nó trông như bàn ủi nên từng được gọi là 'đảo bàn ủi'. Nhưng sau này, được gọi là 'đảo hoa trà' do có nhiều cây hoa trà trên đảo. Ở đây mọi người có thể ngắm toàn cảnh biển, cầu Gwangan và đảo Oryuk.

② 뜻을 살펴보자

부산을 소개하겠습니다. 부산은 한국에서 두 번째로 큰 도시이기 때문에 유명한 여행지와 맛있는 음식이 많이 있습니다. 게다가 KTX를 타고 부산에 갈 수 있는데, 서울에서 3시간 밖에 걸리지 않습니다. 부산에 가면 꼭 해운대, 감천문화마을, 동백섬을 방문해야 합니다.

해운대는 한국에서 가장 유명한 여름 피서지일 뿐만 아니라 부산의 상징입니다. 매년 1,000만 명의 관광객이 이곳에 와서 피서를 즐깁니다. 1950년, 한국전쟁 피난민들이 감천에 정착하였습니다, 그리고 마을이 형성되기 시작했습니다. 2009년, 정부는 예술가들에게 지금의 감천문화마을의 모습처럼 형성하라고 하였습니다. 주택의 화려하고 다양한 색상 때문에 이곳은 한국의 산토리니, 레고마을이라고도 불립니다. 한국 정부는 동백섬과 해운대를 연결시켰습니다. 그때부터 많은 사람들이 동백섬을 방문하였습니다. 과거에 이곳은 다리미같이 생겨 '다리미 섬'이라고도 불렸습니다. 하지만 이후에 섬에 동백꽃이 많아 동백섬이라고 불렸습니다. 이곳에 오면 사람들은 바다의 전경, 광안대교와 오륙도를 볼 수 있습니다.

③ 핵심 키워드만 보고 말해보자

한국어와 베트남어 내용을 모두 숙지했다면 이번에는 키워드만 보고 말하는 연습을 해보세요.

- thành phố lớn thứ hai
- Haeundae(nơi nghỉ mát), làng văn hóa Gamcheon(người tị nạn chiến tranh Triều Tiên, làng Lego), đảo Dongbaek(đảo hoa trà, đảo bàn ủi)

Hãy cho biết về đại hội Olympic mùa đông Pyeongchang năm 2018.

① 답안을 읽어보자

Em xin nói về đại hội Olympic mùa đông năm 2018.
Thế vận hội mùa đông lần thứ 23 đã diễn ra tại Pyeongchang, Hàn Quốc trong vòng 17 ngày từ ngày mùng 9 đến ngày 25 tháng 2 năm 2018. Sau 3 lần đăng ký, cuối cùng, Hàn Quốc đã giành được quyền tổ chức. Tổng cộng có 95 quốc gia tham gia với 15 hạng mục, 102 trận đấu. Đây là Olympic được tổ chức sau 30 năm, kể từ Olympic năm 88.
Qua Olympic, nhiều nước trên thế giới biết đến Hàn Quốc và đến thăm Hàn Quốc.

② 뜻을 살펴보자

2018년 동계올림픽에 대해 말하겠습니다.
한국 평창에서 개최된 제 23회 동계올림픽은 2018년 2월 9일부터 25일까지 17일간 행해졌습니다. 세 번의 신청 끝에 결국 한국은 개최권을 획득했습니다. 총 95개국이 참가하였으며, 15개 종목, 102개 경기가 있었습니다. 이는 88올림픽 이후 30년 만에 개최한 올림픽입니다. 올림픽을 통해 세계에 있는 많은 국가들이 한국을 알게 되었고 한국을 방문하였습니다.

③ 핵심 키워드만 보고 말해보자

한국어와 베트남어 내용을 모두 숙지했다면 이번에는 키워드만 보고 말하는 연습을 해보세요.

- đại hội Olympic mùa đông lần thứ 23, 17 ngày (9/2~25/2)
- 95 quốc gia tham gia, 15 hạng mục, 102 trận đấu

Track 103

Hãy nói về điểm du lịch đảo Jeju(Seongsan Ilchulbong, núi Halla, Oreum).

1 답안을 읽어보자

Đã lâu có một vụ nổ dưới biển và do đó, đỉnh núi mặt trời mọc Seongsan được hình thành. Từ xa, nó trông như vương miện. Nhiều người đến đây ngắm mặt trời mọc và lặn. Điểm này là điểm không thể không đi lúc đến thăm Jeju.

Núi Halla là một núi lửa không hoạt động ở giữa hòn đảo, cao 1.950 mét. Núi Halla là núi cao nhất ở Nam Hàn và được UNESCO chọn làm di sản thiên nhiên thế giới. Vì nơi này có nhiều loại thực vật đa dạng, hiếm thấy. Lên đỉnh núi, du khách có thể ngắm hồ Baeknok, tuyệt đẹp.

Oreum là phễu núi lửa, được hình thành do hoạt động núi lửa Halla. Có khoảng 360 phễu núi lửa nhỏ ở Jeju, tạo nên cảnh quan độc đáo. Và Oreum khá nông nên du khách có thể dễ dàng đi lên. Ở trên Oreum, có thể nhìn thấy toàn cảnh Jeju, tuyệt đẹp.

2 뜻을 살펴보자

오래전에 바다 속에서 폭발이 일어났고 그로 인해 성산일출봉이 생겨났습니다. 멀리서 보면 이는 왕관처럼 보입니다. 많은 사람들이 이곳에 일출과 일몰을 보러 옵니다. 이곳은 제주에 갔을 때 꼭 가야 하는 곳입니다.

한라산은 섬 가운데에 있는 휴화산이고 1,950m에 달합니다. 한라산은 남한에서 가장 높은 산이며 다양하고 희귀한 식물들이 많아 유네스코에 의해 세계자연유산으로 지정되었습니다. 정상에 오르면 관광객은 아름다운 백록담을 볼 수 있습니다.

오름은 화산 분출구이며, 한라산의 활동으로 형성되었습니다. 제주도에는 약 360개의 오름이 있으며 독특한 경관을 자아냅니다. 오름은 그렇게 높지 않아 관광객들이 쉽게 오를 수 있습니다. 오름 위에서는 아름다운 제주의 전경을 볼 수 있습니다.

3 핵심 키워드만 보고 말해보자

한국어와 베트남어 내용을 모두 숙지했다면 이번에는 키워드만 보고 말하는 연습을 해보세요.

- đỉnh núi mặt trời mọc Seongsan : vương miện, mặt trời mọc và lặn
- núi Halla : 1950m, thực vật hiếm thấy, hồ Baeknok
- Oreum : phễu núi lửa, khoảng 360

Track 104

Hãy nói về Jeju(đường Olle, ống dung nham Geomunoreum v.v.).

1 답안을 읽어보자

Olle có nghĩa là đường mòn và ở Jeju có 21 đường Olle, giúp du khách có thể vừa tản bộ vừa ngắm phong cảnh. Đường Olle được bắt đầu từ năm 2007, và đã mang đến cơn gió 'đi bộ' trong nước Hàn Quốc. Từ đó, nhiều đường giống như Olle đã được làm nên khắp nước Hàn Quốc và Nhật Bản.

Vào khoảng 300 nghìn năm trước, núi lửa Geomun Oreum đã phun trào mạnh mẽ và hơn 20 hang động dung nham được hình thành, tạo nên thế giới động nham thạch dưới lòng đất. Trong các hang động, hang Baengdwi, Manjang, Kimnyeong, Yongcheon và Dangcheomul được UNESCO công nhận là di sản thiên nhiên thế giới. Trong đó, hang Manjang lớn nhất, dài khoảng 9 cây số và là 1 trong động nham thạch đẹp nhất thế giới. Ngoài ra, đây có cột nham thạch lớn nhất thế giới, rất hùng vĩ và huyền ảo.

3 vật có nhiều ở Jeju là đá, gió, phụ nữ. 3 vật không có ở Jeju là ăn mày, ăn trộm, cổng. Tam bảo của Jeju là tài nguyên biển, tài nguyên thực vật, tiếng địa phương.

2 뜻을 살펴보자

올레는 작은 길이라는 뜻이며 제주도에는 21개의 올레길이 있어, 관광객이 걸으며 풍경을 볼 수 있게 해줍니다. 올레길은 2007년에 시작되었으며, 한국에 '걷기' 열풍을 가져왔습니다. 그때부터 한국과 일본 전국에 올레 같은 길이 많이 생겨났습니다.

30만 년 전에, 거문오름 화산이 강하게 폭발하여 20여 개 이상의 용암동굴이 형성되었고, 지하에 용암동굴세계를 형성하였습니다. 동굴 중에 뱅뒤, 만장, 김녕, 용천과 당처물이 유네스코에 의해 세계자연유산으로 지정되었습니다. 그중에 만장굴이 가장 크며 9km에 달하고, 이는 세계에서 가장 아름다운 용암동굴 중 하나입니다. 그밖에 세계에서 가장 큰 용암 기둥이 있는데, 굉장히 웅장하고 신비롭습니다.

제주의 삼다는 돌, 바람, 여자입니다. 제주의 삼무는 거지, 도둑, 대문입니다. 제주의 삼보는 해양자원, 식물자원, 방언입니다.

3 핵심 키워드만 보고 말해보자

한국어와 베트남어 내용을 모두 숙지했다면 이번에는 키워드만 보고 말하는 연습을 해보세요.

- đường Olle : 21 đường mòn, mang đến cơn gió 'đi bộ'.
- Geomunoreum : hang động dung nham → di sản thiên nhiên thế giới(Baengdwi, Manjang, Kimnyeong, Yongcheon, Dangcheomul)
- nhiều : đá, gió, phụ nữ
- không : ăn mày, ăn trộm, cổng
- tam bảo : tài nguyên biển và thực vật, tiếng địa phương

Hãy giới thiệu đảo Dokdo.

1 답안을 읽어보자

Em xin giới thiệu đảo Dokdo.
Đảo Dokdo nằm ở bắc Gyeongsang và Nhật Bản đang tranh chấp đảo Dokdo với Hàn Quốc nhưng đảo Dokdo là lãnh thổ của Hàn Quốc. Đảo Dokdo có khoảng 90 hòn đảo và cảnh quan rất đẹp. Vùng đảo Dokdo có nhiều tài nguyên phong phú và có nhiều loại sinh vật biển sống tại đây.

2 뜻을 살펴보자

독도를 소개하겠습니다.
독도는 경상북도에 위치해 있으며 일본이 한국과 독도에 대한 분쟁을 벌이는 중이긴 하지만 독도는 한국의 영토입니다. 독도에는 90여 개의 섬이 있으며 경관이 굉장히 뛰어납니다. 독도 지역에는 풍부한 자원이 있고 많은 해양 생물이 서식합니다.

3 핵심 키워드만 보고 말해보자

한국어와 베트남어 내용을 모두 숙지했다면 이번에는 키워드만 보고 말하는 연습을 해보세요.

- **Nhật Bản tranh chấp đảo Dokdo, lãnh thổ Hàn Quốc**
- **có khoảng 90 hòn đảo, cảnh quan rất đẹp**
- **tài nguyên phong phú, loại sinh vật biển**

52 거문고와 가야금을 비교해주세요.

Hãy so sánh đàn Geomungo và Gayageum.

① 답안을 읽어보자

Em xin giới thiệu Geomungo và Gayageum.
Geomungo là loại đàn tranh có 6 dây và truyền rằng được Wang San-ak của Goguryeo chế tác. Và âm thanh rất sâu và trang trọng. Và Geomungo thường tấu với một cây que nhỏ, được gọi là Suldae, do dây Geomungo dày hơn so với Gayageum. Còn đàn Gayageum, loại đàn tranh có 12 dây, được Gasilwang của vương quốc Gaya sáng chế. Âm thanh của Gayageum rất mượt mà và trong trẻo.

② 뜻을 살펴보자

거문과와 가야금을 소개하겠습니다.
거문고는 6개의 줄이 있고 고구려의 왕산악에 의해 제작되었다고 전해집니다. 그리고 소리가 아주 깊고 장중합니다. 그리고 거문고는 보통 술대라는 작은 막대기로 연주하는데, 이는 거문고의 줄이 가야금보다 굵기 때문입니다. 가야금은 12개의 줄이 있고, 가야왕국의 가실왕에 의해 만들어졌습니다. 가야금의 소리는 매우 부드럽고 맑습니다.

③ 핵심 키워드만 보고 말해보자

한국어와 베트남어 내용을 모두 숙지했다면 이번에는 키워드만 보고 말하는 연습을 해보세요.

- **Geomungo** : đàn tranh 6 dây, Goguryeo, Wang San-ak, sâu, trang trọng
- **Gayageum** : đàn tranh 12 dây, vương quốc Gaya, Gasilwang, mượt mà, trong trẻo

Track 107

> **Hãy so sánh và giải thích gốm xanh Goryeo và gốm trắng Joseon.**

1 답안을 읽어보자

Gốm xanh Goryeo rất nổi tiếng với màu sắc ngọc phỉ thúy và kỹ thuật gốm tinh xảo, được giới thượng lưu thời Goryeo yêu thích.

Gốm trắng Joseon là loại gốm rất mộc mạc, đơn giản, không có những trang trí lộng lẫy. Là do nhấn mạnh cuộc sống giản dị theo đạo lý Nho giáo, và được thịnh hành vào thời Joseon.

2 뜻을 살펴보자

고려청자는 비취색을 띠고 정교한 도자기 기술을 필요로 하는 것으로 유명하여, 고려 시대 상류층에게 사랑받았습니다.

조선백자는 화려한 장식이 없는 순박하고 심플한 도자기입니다. 이는 유교의 도리에 따라 검소한 삶을 강조하였기 때문이며 조선백자는 조선 시대 때 성행하였습니다.

3 핵심 키워드만 보고 말해보자

한국어와 베트남어 내용을 모두 숙지했다면 이번에는 키워드만 보고 말하는 연습을 해보세요.

- **Gốm xanh Goryeo : màu sắc ngọc phỉ thúy, kỹ thuật tinh xảo**
- **Gốm trắng Joseon : mộc mạc, đơn giản → cuộc sống giản dị**

고려청자의 종류

순청자	소문청자	다른 안료가 가미되지 않은 순수한 청자
	투각청자	몸체를 뚫어 조각한 청자
	음각청자	순청자 위에 음각으로 문양을 넣은 청자
	양각청자	무늬를 도드라지게 하거나 압출하여 만든 청자
	상형청자	사람이나 동물의 형태를 본떠 만든 청자
상감청자		몸체 무늬 부분을 파내고 백토나 자토로 메운 뒤 유약을 발라 구워낸 청자
화청자		그릇의 표면에 백색, 또는 흑색의 도료로 그림을 그린 다음 유약을 발라 구워낸 청자
철화청자(철회청자)		청자에 유약을 바르기 전에 철분이 많은 안료로 그림을 그린 청자
철유청자		유약에 철분이 많은 안료를 넣어 표면을 갈색, 흑갈색으로 만든 청자
진사채청자		초벌구이 이후 전면에 진사라는 안료를 바르고 그 뒤에 우명유를 발라 구워 만든 적갈색의 청자
퇴화무늬청자		백토나 흑토로 점이나 사물 형상의 무늬를 넣어 유약을 입혀 구운 청자
화금청자(금채자)		순청자나 상감청자에 금으로 표면을 장식한 청자
철채청자		철사안료를 칠하고 유약을 발라 구워 만든 검은색의 청자

조선백자의 종류

순백자	순백의 태토와 순수한 석회유로 구워낸 백자
상감백자	청자의 상감기법을 계승하여 만들어진 백자
철화백자	철분이 많이 함유된 흙이나 안료를 사용한 백자
철채백자	전체에 산화철을 발라 검은색이 되도록 만든 백자
철유백자	철분이 많은 유약을 사용한 백자
진사백자	붉은색 도자기에 산화동으로 그림을 그린 뒤 백자유약을 발라 구워낸 백자
동화백자	산화동을 안료로 바른 백자
청화백자	코발트 안료로 그림을 그린 백자

54 찜질방은 무엇인가요?

Jjimjilbang là gì?

❶ 답안을 읽어보자

Em xin giới thiệu Jjimjilbang.
Jjimjilbang là nơi xông hơi rất lớn ở Hàn Quốc và thường mở cửa 24 tiếng, suốt đêm.
Nơi này có nhiều thiết bị đa dạng như phòng ngủ, chơi game, nhà hàng v.v. nên người Hàn Quốc thường xuyên đến đây tắm hơi với bạn bè và gia đình.

❷ 뜻을 살펴보자

찜질방을 소개하겠습니다.
찜질방은 한국에 있는 대형 사우나이며 보통 24시간 내내, 밤새 영업을 합니다.
이곳에는 수면실, 게임방, 식당 등과 같은 다양한 시설이 많이 구비되어 있어 한국 사람들은 보통 이곳으로 친구, 가족과 함께 사우나를 하러 옵니다.

❸ 핵심 키워드만 보고 말해보자

한국어와 베트남어 내용을 모두 숙지했다면 이번에는 키워드만 보고 말하는 연습을 해보세요.

**nơi xông hơi rất lớn, mở cửa suốt đêm, có nhiều thiết bị đa dạng
(phòng ngủ, phòng chơi game, nhà hàng)**

제4장

한국의 무형
관광자원
및 전통문화

🔊 Track 109

Hãy giới thiệu về quốc kỳ Hàn Quốc.

1 답안을 읽어보자

Em xin giới thiệu quốc kỳ Hàn Quốc, là Taegeukgi.

Quốc kỳ Hàn Quốc là hình chữ nhật có nền trắng, cho thấy sự trong sạch của dân tộc Hàn.

Ở giữa có hình âm dương, màu đỏ ở trên và màu xanh ở dưới, cho thấy sự hài hòa của âm dương. Và bốn góc có bốn quẻ Bát Quái.

Theo em biết thì quốc kỳ Việt Nam là cờ đỏ sao vàng.

2 뜻을 살펴보자

한국의 국기인 태극기를 소개하겠습니다.

한국의 국기는 네모난 모양이며 바탕은 흰색인데, 이는 한민족의 순수함을 보여줍니다.

가운데에는 음양 모양이 있는데, 위쪽은 빨간색이며 아래쪽은 파란색으로 음양의 조화를 보여줍니다. 그리고 4개의 모서리에 4개의 팔괘가 있습니다.

제가 알기로는 베트남의 국기는 금성홍기입니다.

3 핵심 키워드만 보고 말해보자

한국어와 베트남어 내용을 모두 숙지했다면 이번에는 키워드만 보고 말하는 연습을 해보세요.

- hình chữ nhật → nền trắng (sự trong sạch của dân tộc Hàn)
- hình âm dương → màu đỏ, màu xanh (sự hài hòa của âm dương)
- bốn góc → bốn quẻ bát quái

02 한글에 대해 말해보세요.

> **Hãy giải thích về chữ viết Hangeul.**

❶ 답안을 읽어보자

Em xin giới thiệu Huấn dân chính âm, chữ viết Hàn Quốc. Huấn dân chính âm là hệ thống chữ viết của Hàn Quốc và sáng tạo để dạy cho bách tính. Hangeul được vua Sejong sáng chế với lòng yêu dân, yêu nước. Hangeul có 10 nguyên âm và 14 phụ âm, rất dễ học và có tính khoa học. Nên hiện nay Hangeul đang giúp phong trào xóa nạn mù chữ của UNESCO để ai cũng có thể viết và đọc chữ.

❷ 뜻을 살펴보자

한국의 글자인 훈민정음을 소개하겠습니다. 훈민정음은 한국의 글자 체계이며 백성에게 가르치고자 창제되었습니다. 한글은 애국, 애민정신을 바탕으로 세종대왕이 창제하였습니다. 한글은 10개의 모음과 14개의 자음이 있으며 배우기 쉽고 매우 과학적입니다. 그래서 현재 한글은 모든 사람이 글을 쓰고 읽을 수 있도록 유네스코의 문맹퇴치운동을 돕고 있습니다.

❸ 핵심 키워드만 보고 말해보자

한국어와 베트남어 내용을 모두 숙지했다면 이번에는 키워드만 보고 말하는 연습을 해보세요.

- Huấn dân chính âm, dạy cho bách tính
- vua Sejong → lòng yêu dân, yêu nước
- 19 nguyên âm, 21 phụ âm → dễ học, tính khoa học

Hãy nói về những đặc điểm của ngôi nhà Hanok.

❶ 답안을 읽어보자

Em xin giới thiệu Hanok, ngôi nhà truyền thống Hàn Quốc.

Ngôi nhà truyền thống Hanok có những đặc điểm như sau: Thứ nhất, không sử dụng đinh khi xây dựng nên dễ dàng tháo gỡ. Thứ hai, do ảnh hưởng của Nho giáo, Hanok được chia ra phòng cho nam và nữ, được gọi là Sarangchae và Anchae. Thứ ba, Hanok nhất định phải có Ondol và Daecheongmaru. Ondol là hệ thống sưởi ấm sàn nhà dành cho mùa đông. Daecheongmaru là sàn làm bằng gỗ, làm mát vào mùa hè. Cuối cùng, Hanok làm bằng gỗ và đất, với những nguyên liệu dễ tìm trong môi trường tự nhiên.

❷ 뜻을 살펴보자

한국의 전통 가옥인 한옥을 소개하겠습니다.

한국의 전통 가옥인 한옥은 다음과 같은 특징이 있습니다. 첫째, 지을 때 못을 사용하지 않아 해체가 용이합니다. 둘째, 유교의 영향으로 한옥은 사랑채와 안채라 불리는, 남자와 여자를 위한 방으로 나뉘어집니다. 셋째, 한옥에는 꼭 온돌과 대청마루가 있어야 합니다. 온돌은 겨울을 나기 위해 마루를 따뜻하게 해주는 시스템입니다.

대청마루는 나무로 만든 마루로 여름에 시원하게 해줍니다. 마지막으로, 한옥은 자연에서 찾기 쉬운 재료인 나무와 흙으로 만들어졌습니다.

❸ 핵심 키워드만 보고 말해보자

한국어와 베트남어 내용을 모두 숙지했다면 이번에는 키워드만 보고 말하는 연습을 해보세요.

không sử dụng đinh, phòng cho nam và nữ, Ondol và Daecheongmaru, thân thiện với môi trường

4 이것도 고민해보자

Q Theo thầy/cô biết, Hanok khác nhau theo khu vực, có đúng không?

아는 바에 따르면, 한옥이 지역에 따라 다르다는데 맞나요?

A **Nhà truyền thống Hanok được chia theo khu vực : miền Bắc, miền Trung và miền Nam trong bán đảo Hàn.**

Miền Bắc do trời lạnh nên nhà được xây dựng theo hình vuông để ngăn chặn gió lạnh. Miền Nam do trời nóng, nên nhà được xây theo hình chữ I ngắn để gió dễ dàng thông qua thông lại. Còn miền Trung nằm giữa miền Nam và miền Bắc nên được xây dựng theo hình chữ L(el-lờ).

한국의 전통 가옥인 한옥은 한반도의 북부, 중부 그리고 남부, 지역에 따라 나뉩니다.

북부는 날이 추워, 추운 바람을 막기 위해 집이 네모나게 지어졌습니다. 남쪽은 날이 더워 바람이 잘 통할 수 있도록 I자 형태로 지어졌습니다. 그리고 중부는 남부와 북부 사이에 위치하여 L자 형태로 지어졌습니다.

04 온돌은 무엇인가요?

Ondol là gì?

1 답안을 읽어보자

Em xin giới thiệu Ondol.

Ondol là hệ thống sưởi sàn nhà được dùng trong kiến trúc nhà ở truyền thống của Hàn Quốc. Ondol sử dụng nguyên lý chuyển hơi nóng từ củi, chạy theo hệ thống dẫn nhiệt được thiết kế bên dưới sàn nhà. Ondol là trang bị sưởi ấm có thể làm ấm toàn bộ nền nhà. Có đường thông nhiệt nối bếp lò với sàn nhà nên khi đốt lửa ở bếp lò, nhiệt của lửa vừa đun sôi nồi vừa làm nóng nhà.

2 뜻을 살펴보자

온돌에 대해 설명하겠습니다.

온돌은 한국 전통 가옥 건축에 사용되는, 마루를 따뜻하게 해주는 기법입니다. 온돌은 마루 아래 설계된 열전도 시스템을 통해 장작으로부터 나오는 따뜻한 열기가 전해지게 해주는 원리를 사용합니다. 온돌은 마루 전부를 따뜻하게 해줄 수 있는 열전도 시스템입니다.

아궁이와 마루를 잇는 열전도 시스템이 있어 아궁이에 불을 때면 열이 솥을 뜨겁게 달구면서 집도 따뜻하게 해줍니다.

3 핵심 키워드만 보고 말해보자

한국어와 베트남어 내용을 모두 숙지했다면 이번에는 키워드만 보고 말하는 연습을 해보세요.

- hệ thống sưởi ấm sàn nhà truyền thống Hàn Quốc
- nguyên lý : hơi nóng từ củi → hệ thống dẫn nhiệt → làm ấm toàn bộ nền nhà
- đốt lửa ở bếp lò : đun sôi nồi, làm nóng nhà

05 전통 의상인 한복에 대해 말해보세요.

🔊 Track 113

Hãy giới thiệu về áo truyền thống Hanbok.

❶ 답안을 읽어보자

Em xin giới thiệu Hanbok, áo truyền thống Hàn Quốc.

Hanbok được thiết kế 'trên hẹp, dưới rộng', áo phải ôm sát và phần váy hoặc quần thì phải rộng, thoải mái.

Hanbok của phụ nữ gồm Jeogori(áo khoác ngoài), Chima(váy dài). Còn Hanbok cho đàn ông thì có Jeogori và Baji(quần ống rộng có túi). Người Hàn Quốc thường mặc Hanbok vào những ngày đặc biệt như dịp tết, đám cưới v.v..

❷ 뜻을 살펴보자

한국의 전통의상인 한복을 소개하겠습니다.

한복은 '위는 좁고, 아래는 넓게' 디자인되었으며, 상의는 몸에 붙어야 하고 치마나 바지는 넓고 편해야 합니다.

여성의 한복은 저고리(외투), 치마(긴 치마)로 구성되었습니다. 그리고 남성을 위한 한복은 저고리와 바지(주머니가 있는 통바지)로 구성되었습니다. 한국사람은 보통 명절, 결혼식 등과 같은 중요한 날에 한복을 입습니다.

❸ 핵심 키워드만 보고 말해보자

한국어와 베트남어 내용을 모두 숙지했다면 이번에는 키워드만 보고 말하는 연습을 해보세요.

- trên hẹp, dưới rộng
- Hanbok nữ : Jeogori, Chima
- Hanbok nam : Jeogori, Baji

Quốc hoa của Hàn Quốc là gì?

❶ 답안을 읽어보자

Mugunghwa là quốc hoa của Hàn Quốc, và nở từ tháng 7 đến tháng 10 hàng năm, có nghĩa là hoa nở mãi không tàn. Mugunghwa thường nở vào sáng sớm và tàn vào tối. Nhưng ngày hôm sau lại nở, cho thấy tính mạnh mẽ, vượt qua mọi khó khăn của người Hàn Quốc.

❷ 뜻을 살펴보자

무궁화는 한국의 국화로, 매년 7월에서 10월까지 피고, 지지 않고 영원히 핀다는 뜻을 갖고 있습니다. 무궁화는 보통 아침 일찍 펴서 저녁에 집니다.

하지만 그 다음날 다시 피어 모든 어려움을 이겨내는 한국인의 강인한 정신을 보여줍니다.

❸ 핵심 키워드만 보고 말해보자

한국어와 베트남어 내용을 모두 숙지했다면 이번에는 키워드만 보고 말하는 연습을 해보세요.

- Mugunghwa (tháng 7 ~ tháng 10)

- nở vào sáng sớm và tàn vào tối, cho thấy tính mạnh mẽ, vượt qua mọi khó khăn của người Hàn Quốc

Hãy cho biết 4 ngày tết tiêu biểu của Hàn Quốc.

❶ 답안을 읽어보자

Hàn Quốc có 4 ngày tết, là Tết Nguyên Đán, Tết Trung Thu, Hàn Thực và Đoan Ngọ. Trong đó Tết Nguyên Đán và Tết Trung Thu thì được nghỉ, còn Hàn Thực và Đoan Ngọ thì không được nghỉ. Tết Nguyên Đán là mồng 1 tháng 1 âm lịch và được nghỉ 3 ngày. Vào Tết Nguyên Đán, người Hàn Quốc thường ăn tteokguk, saebae với người lớn, và thờ cúng tổ tiên. Saebae là văn hóa người nhỏ bái với người lớn và người lớn lì xì cho người nhỏ. Còn Tết Trung Thu là ngày 15 tháng 8 âm lịch và Hàn Quốc được nghỉ 3 ngày. Và vào Trung Thu , người Hàn Quốc thường ăn bánh Songpyeon và thờ cúng tổ tiên. Vào Tết Nguyên Đán và Trung Thu, hầu hết người Hàn Quốc đều về quê thăm bà con và gia đình. Đoan Ngọ là mùng 5 tháng 5 âm lịch, và lễ Đoan Ngọ của Gangneung rất nổi tiếng, đã được UNESCO công nhận là di sản phi vật thể của nhân loại. Tết Hàn Thực là mồng 5 tháng 4. Ở đây 'Hàn' có nghĩa là 'lạnh', nên ngày này có phong tục là không sử dụng lửa và ăn món ăn lạnh.

❷ 뜻을 살펴보자

한국에는 설날, 추석, 한식과 단오라는 4대 명절이 있습니다. 그중에 설날과 추석은 쉬고, 한식과 단오에는 쉬지 않습니다. 설날은 음력 1월 1일이고 3일 쉽니다. 설날에 한국 사람들은 보통 떡국을 먹고 어른에게 세배를 하며 차례를 지냅니다. 세배는 아랫사람이 윗사람에게 절을 하고 윗사람이 아랫사람에게 세뱃돈을 주는 문화입니다.

그리고 추석은 음력 8월 15일이고 한국은 3일을 쉽니다. 추석에 한국 사람들은 보통 송편을 먹고, 차례를 지냅니다. 설날과 추석에 대부분의 한국사람은 모두 가족과 친척을 보러 고향에 내려갑니다. 단오절은 음력 5월 5일이며 강릉 단오제가 굉장히 유명하고, 유네스코에 의해 인류 무형문화재로 지정되었습니다. 한식은 4월 5일입니다. 여기에서 '한'은 '차가운'이라는 뜻으로, 이날에 불을 사용하지 않고 차가운 음식을 먹는 풍습이 있습니다.

❸ 핵심 키워드만 보고 말해보자

한국어와 베트남어 내용을 모두 숙지했다면 이번에는 키워드만 보고 말하는 연습을 해보세요.

- Tết Nguyên Đán : mồng 1 tháng 1 âm lịch (ăn tteokguk, saebae với người lớn, thờ cúng tổ tiên)
- Tết Trung Thu : rằm tháng 8 (ăn Songpyeon, thờ cúng tổ tiên)
- Đoan Ngọ : mùng 5 tháng 5 âm lịch, lễ Đoan Ngọ (UNESCO)
- Hàn Thực : mồng 5 tháng 4, không sử dụng lửa và ăn món ăn lạnh

애국가에 대해 말해보세요.

> **Anh/Chị hãy nói về quốc ca của Hàn Quốc.**

❶ 답안을 읽어보자

Aegukga là quốc ca của Hàn Quốc. Người viết lời bài hát thì không rõ nhưng người sáng tác là Ahn Eak-tai. Bài mà ông sáng tác khi còn du học ở Áo đã chính thức được chọn làm quốc ca cùng với sự thành lập của chính phủ nước Đại Hàn Dân Quốc ngày 15 tháng 8 năm 1948. Lời đầu của quốc ca là 'Dù Donghae khô cạn, núi Baekdu mòn, trời sẽ bảo vệ chúng ta, Tổ Quốc muôn năm'.

❷ 뜻을 살펴보자

애국가는 한국의 국가입니다. 작사자는 미상이며, 작곡자는 안익태입니다. 안익태가 오스트리아에서 유학할 때 작곡한 악보가 1948년 8월 15일 대한민국 정부 수립과 함께 국가로 공식 채택되었습니다. 애국가의 첫 줄은 '동해물과 백두산이 마르고 닳도록 하느님이 보우하사 우리나라 만세'입니다.

❸ 핵심 키워드만 보고 말해보자

한국어와 베트남어 내용을 모두 숙지했다면 이번에는 키워드만 보고 말하는 연습을 해보세요.

quốc ca của Hàn Quốc, người sáng tác, Ahn Eak-tai, sự thành lập của chính phủ, ngày 15 tháng 8 năm 1948, lời đầu của quốc ca

09 사물놀이는 무엇인가요?

Track 117

> **Samulnori là gì?**

1 답안을 읽어보자

Samulnori là một loại hình nông nhạc của Hàn Quốc, được biểu diễn với 4 nhạc cụ là trống Buk, phèng Kkwaenggwari, trống Janggu, chiêng.

2 뜻을 살펴보자

사물놀이는 한국의 농악의 한 형태이며, 보통 북, 꽹과리, 장구, 징 4가지 악기로 행해집니다.

3 핵심 키워드만 보고 말해보자

한국어와 베트남어 내용을 모두 숙지했다면 이번에는 키워드만 보고 말하는 연습을 해보세요.

nông nhạc, 4 nhạc cụ (trống Buk, phèng, trống Janggu, chiêng)

10 굿은 무엇인가요?

> **Gut là gì?**

① 답안을 읽어보자

Hàn Quốc gọi tín ngưỡng lên đồng là Musok và nghi lễ của tín ngưỡng lên đồng là Gut. Ngày nay, người ta coi lên đồng như hành vi mê tín nhưng Gut là một tín ngưỡng truyền thống lâu đời của Hàn Quốc. Và đến nay, vẫn có nhiều người Hàn Quốc tin Musok và tìm pháp sư để làm nghi lễ Gut.

② 뜻을 살펴보자

한국에서는 신들린 것에 대한 신앙을 무속이라 하고, 무속에서의 의례를 굿이라고 합니다.
오늘날, 무속을 미신행위로 보기도 하지만 굿은 한국의 오래된 전통 신앙입니다. 그리고 지금까지도 많은 한국 사람들이 무속을 믿고 굿을 지내기 위해 무당을 찾습니다.

③ 핵심 키워드만 보고 말해보자

한국어와 베트남어 내용을 모두 숙지했다면 이번에는 키워드만 보고 말하는 연습을 해보세요.

- **Musok : tín ngưỡng lên đồng**
- **Gut : nghi lễ tín ngưỡng lên đồng**

11 태권도에 대해 말해보세요.

🔊 Track 119

> **Hãy nói về võ thuật Taekwondo.**

① 답안을 읽어보자

Taekwondo là môn thể thao quốc gia của Hàn Quốc và là võ thuật phổ biến nhất ở Hàn Quốc.

Taekwondo có nghĩa là 'võ thuật đấu bằng tay và chân', và dùng dây thắt lưng màu trắng, vàng, xanh, đỏ, đen để phân chia cấp bậc đai. Màu trắng là đai thấp nhất và màu đen là đai cao nhất.

Từ năm 2000, Taekwondo chính thức được đưa vào môn thể thao Olympic.

② 뜻을 살펴보자

태권도는 한국의 국가 스포츠 종목이며, 한국의 가장 보편적인 무술입니다.

태권도는 '손과 발로 싸우는 무술'이라는 뜻을 갖고 있으며, 흰색, 노란색, 파란색, 빨간색, 검정색 등의 허리띠로 급수를 구분합니다. 흰색이 가장 낮은 단이고, 검정이 가장 높은 단입니다.

2000년도부터, 태권도는 정식으로 올림픽 종목이 되었습니다.

③ 핵심 키워드만 보고 말해보자

한국어와 베트남어 내용을 모두 숙지했다면 이번에는 키워드만 보고 말하는 연습을 해보세요.

- **môn thể thao quốc gia, võ thuật đấu bằng tay và chân**
- **dây thắt lưng (trắng, vàng, xanh, đỏ, đen) → phân chia đai**
- **môn thể thao Olympic (năm 2000)**

🔊 Track 120

Sipjangsaeng(Thập Trường Tượng) là gì?

❶ 답안을 읽어보자

Em xin giới thiệu Sipjangsaeng.

Từ xưa, Hàn Quốc đã tin vào những vật không bao giờ chết . Sipjangsaeng là 10 vật trường sinh bất lão, bao gồm mặt trời, mặt trăng, mây, núi, nước, đá, cây thông, cây trúc, cây đào, nấm linh chi, rùa, hạc, hươu v.v..

Sipjangsaeng có thể dễ dàng tìm thấy trên đồ gốm, tấm bình phong, hộp viết, gối và áo hanbok v.v..

❷ 뜻을 살펴보자

십장생을 소개하겠습니다.

과거부터 한국은 절대 죽지 않는 물상들을 믿었습니다. 십장생은 불로장생하는 10개의 물상이며, 태양, 달, 구름, 산, 물, 돌, 소나무, 대나무, 복숭아 나무, 불로초(영지), 거북이, 학, 사슴 등입니다.

십장생은 도자기, 병풍, 필통, 베개, 한복 등에서 쉽게 찾아볼 수 있습니다.

❸ 핵심 키워드만 보고 말해보자

한국어와 베트남어 내용을 모두 숙지했다면 이번에는 키워드만 보고 말하는 연습을 해보세요.

10 vật trường sinh bất lão : mặt trời, mặt trăng, mây, núi, nước, đá, cây thông, cây trúc, cây đào, nấm linh chi, rùa, hạc, hươu v.v.

> **Hãy giải thích về món ăn cung đình.**

① 답안을 읽어보자

Ẩm thực cung đình là các món ăn truyền thống của Hàn Quốc được nấu tại cung đình vào triều đại Joseon. Em xin nói về những đặc điểm của ẩm thực cung đình. Thứ nhất, các món ăn cung đình luôn được làm với các nguyên liệu tốt nhất. Thứ hai, món ăn cung đình là món ăn tốt, tươi ngon giúp bổ dưỡng sức khỏe cho người ăn. Thứ ba, cách nấu ăn và nguyên liệu món ăn cung đình theo thuyết âm dương ngũ hành. Thứ tư, món ăn cung đình luôn phải theo quy tắc nghiêm khắc của cung đình nên đã kế thừa đúng giá trị truyền thống. Và trong các món ăn cung đình, sườn kho, Bulgogi được nhiều người yêu thích nhất.

② 뜻을 살펴보자

궁중음식은 한국의 전통 음식으로 조선 시대 때 궁중에서 요리되었습니다. 궁중음식의 특징에 대해 말씀드리겠습니다. 첫째, 궁중음식은 항상 가장 좋은 재료로 만들어집니다. 둘째, 궁중음식은 좋은 음식, 신선하고 맛있는 음식으로 먹는 사람의 건강에 좋습니다. 셋째, 궁중음식의 조리법과 재료는 음양오행을 따라야 합니다. 넷째, 궁중음식은 엄격한 규칙을 따라야 하기 때문에 전통적 가치를 제대로 계승하였습니다. 그리고 궁중음식 중에는 갈비찜, 불고기가 많은 사람에게 사랑받습니다.

③ 핵심 키워드만 보고 말해보자

한국어와 베트남어 내용을 모두 숙지했다면 이번에는 키워드만 보고 말하는 연습을 해보세요.

- **món ăn truyền thống của Hàn Quốc → cung đình**
- **nguyên liệu tốt nhất, món ăn tốt và bổ dưỡng, cách nấu ăn theo thuyết âm dương ngũ hành, theo quy tắc nghiêm khắc**

Track 122

Lý do nhân sâm Goryeo nổi tiếng là gì?

① 답안을 읽어보자

Em xin giới thiệu về nhân sâm Goryeo.

Nhân sâm Goryeo là loại nhân sâm được trồng tại bán đảo Hàn, và được gọi là nhân sâm do trông giống như cơ thể con người. Thực ra, nhân sâm được trồng tại nhiều quốc gia trên thế giới nhưng nhân sâm Hàn Quốc đặc biệt rất nổi tiếng. Vì địa lý, khí hậu Hàn Quốc rất phù hợp để trồng nhân sâm. Nhân sâm tăng cường hệ miễn dịch và phòng chống nhiều căn bệnh như bệnh tim, bệnh tiểu đường, ung thư v.v.. Nơi trồng nhân sâm nổi tiếng ở Hàn Quốc là Geumsan ở Chungcheongnamdo, Ganghwa ở Incheon v.v..

② 뜻을 살펴보자

고려인삼을 소개하겠습니다.

고려인삼은 한반도에서 재배되는 인삼을 말하며, 인삼이라 불리는 이유는 사람의 몸처럼 생겼기 때문입니다. 사실, 인삼은 전 세계 많은 국가에서 재배되고 있긴 하지만 한국 인삼이 특히나 유명합니다. 왜냐하면 한국의 지리, 기후가 인삼을 재배하기에 매우 적합하기 때문입니다. 인삼은 면역체계를 강화하고, 심장병, 당뇨병, 암 등과 같은 많은 질병을 예방해줍니다. 한국에서 유명한 인삼 재배지는 충청남도의 금산, 인천의 강화 등입니다.

③ 핵심 키워드만 보고 말해보자

한국어와 베트남어 내용을 모두 숙지했다면 이번에는 키워드만 보고 말하는 연습을 해보세요.

- **loại nhân sâm trồng tại bán đảo Hàn(trông giống cơ thể con người)**
- **tăng cường hệ miễn dịch, phòng chống bệnh(bệnh tim, ung thư v.v.)**

15 막걸리에 대해 말해보세요.

Hãy nói về rượu gạo Makgeolli.

① 답안을 읽어보자

Em xin giới thiệu rượu Makgeolli.

Rượu gạo Makgeolli là loại rượu gạo truyền thống lâu đời của Hàn Quốc. Ban đầu, Makgeolli khá phổ biến với những người nông dân nên được gọi là Nongju, rượu nông dân. Nhưng dần dần đã trở thành một món uống phổ biến với người Hàn Quốc. Makgeolli có vị hơi ngọt và chua với lượng cồn chỉ từ 6~8 độ, và người Hàn Quốc thường uống Makgeolli cùng với bánh xèo Hàn Quốc. Cùng với Soju, Makgeolli được nhiều người Hàn Quốc và du khách nước ngoài yêu thích.

② 뜻을 살펴보자

막걸리를 소개하겠습니다.

막걸리는 한국의 오래된 전통 쌀주입니다. 처음에 막걸리는 농민들에게 인기가 있어 농주, 농민의 술이라고 불렸습니다. 하지만 서서히 한국 사람들에게 보편적인 마실거리가 되었습니다. 막걸리는 6~8도의 알코올 도수로 달고 신 맛이 있으며, 한국 사람들은 보통 막걸리를 전과 함께 먹습니다. 소주와 함께 막걸리는 한국 사람과 외국 관광객의 사랑을 받습니다.

③ 핵심 키워드만 보고 말해보자

한국어와 베트남어 내용을 모두 숙지했다면 이번에는 키워드만 보고 말하는 연습을 해보세요.

- rượu nông dân → phổ biến khắp nước
- vị hơi ngọt và chua, 6~8 độ

16 김치에 대해 설명해보세요.

> **Hãy giới thiệu về Kimchi.**

① 답안을 읽어보자

Kimchi là ẩm thực truyền thống và là ẩm thực tiêu biểu của Hàn Quốc. Hầu hết người Hàn Quốc hàng ngày ăn Kimchi ít nhất hơn 1 lần. Trước đây không có tủ lạnh, Kimchi là phương cách lưu trữ rau, giúp ăn rau suốt mùa đông. Kimchi là món ăn lên men, là 1 trong 5 món ăn tốt cho sức khỏe nhất trên thế giới. Kimchi có nhiều vi khuẩn lactic giúp tăng cường hệ miễn dịch và có hiệu quả chống ung thư.

② 뜻을 살펴보자

김치는 한국의 전통음식이자 대표적인 음식입니다. 대부분의 한국사람은 하루에 최소 1번 이상 김치를 먹습니다. 예전에 냉장고가 없었을 당시, 김치는 채소를 보관하는 방법으로, 겨울 내내 채소를 먹을 수 있게 해주었습니다. 김치는 발효 음식으로, 세계에서 건강에 가장 좋은 5대 음식 중 하나입니다. 김치는 유산균이 많아 면역체계 강화 및 암 예방에 도움을 줍니다.

③ 핵심 키워드만 보고 말해보자

한국어와 베트남어 내용을 모두 숙지했다면 이번에는 키워드만 보고 말하는 연습을 해보세요.

- ẩm thực tiêu biểu Hàn Quốc, phương cách lưu trữ rau,
- món ăn lên men → tăng cường hệ miễn dịch, chống ung thư

④ 이것도 고민해보자

Q Hãy cho biết cách làm Kimchi.

김치 만드는 방법에 대해 말해보세요.

A Trước tiên phải chuẩn bị các nguyên liệu như cải thảo, hành, tỏi, gừng, mắm tép, nước mắm Hàn Quốc, bột ớt, củ cải v.v..
Cắt đôi cải thảo rồi ngâm muối trong 6-8 tiếng. Sau đó, rửa sạch và ráo nước khoảng 1-2 tiếng. Trong khi đợi, làm cháo gạo nếp, rồi trộn tất cả nguyên liệu để làm nhân cho Kimchi. Cho nhân Kimchi lên từng lá cải thảo là xong. Làm xong thì bảo quản Kimchi ở nơi thoáng mát khoảng 1 ngày rồi bỏ vào tủ lạnh.

먼저 배추, 파, 마늘, 생강, 새우젓, 젓갈, 고춧가루, 무 등과 같은 재료들을 준비해야 합니다.
배추를 이등분하여 6~8시간 동안 소금물에 담궈놓습니다. 그 후에, 깨끗이 씻어 1~2시간 동안 물기를 뺍니다. 기다리는 동안 찹쌀풀을 만들어 모든 재료를 섞어 김치소를 만듭니다. 배추 잎 하나하나 위에 소를 얹어주면 끝납니다. 다 했으면 김치를 환기가 잘 되는 곳에 하루 정도 보관하고 냉장고에 넣습니다.

김치의 종류

일반적으로 배추와 무를 이용하여 만든 배추김치와 무김치, 동치미가 가장 대표적이지만 어떠한 채소를 이용하는가에 따라 종류가 다양하며, 지역 특성도 있습니다.

전라도	갓김치, 고들빼기 김치, 동치미, 나주 동치미, 깻잎김치, 무말랭이 김치
경상도	콩잎김치, 부추김치, 들깻잎김치, 우엉김치
제주도	동지김치, 톳김치, 귤물김치, 갓물김치, 꽃대김치
충청도	굴 석박지, 총각김치, 무짠지, 시금치김치
강원도	서거리김치, 갓김치, 창란젓 깍두기, 더덕김치, 가지김치, 장김치(간장김치), 해물김치
서울 경기	보쌈김치, 배추김치, 장김치, 나박김치, 열무김치, 오이김치, 감동젓김치, 석박지

17 장승에 대해 소개해보세요.

Hãy giới thiệu về Jangseung.

❶ 답안을 읽어보자

Em xin giới thiệu JangSeung.
Jangseung là cột gỗ cao được vẽ hoặc khắc lên biểu tượng của vật tổ. Tại các ngôi làng truyền thống, Jangseung thường được dựng ở cổng làng, được xem là những vị thần bảo hộ làng. Hàn Quốc ngày càng phát triển rất nhiều và những yếu tố tín ngưỡng dân gian đang mất dần, nhưng Jangseung vẫn giữ được nét truyền thống của mình.

❷ 뜻을 살펴보자

장승을 소개하겠습니다.
장승은 높은 목기둥으로 토템의 상징을 그 위에 그리거나 새겨놓습니다. 전통 마을에서 장승은 주로 마을 입구에 세워져 있는데, 이는 마을의 수호신처럼 여겨집니다. 한국은 날이 갈수록 많이 발전하고 민간 신앙 요소들이 서서히 사라지고 있지만, 장승은 여전히 자신의 전통적인 모습을 지키고 있습니다.

❸ 핵심 키워드만 보고 말해보자

한국어와 베트남어 내용을 모두 숙지했다면 이번에는 키워드만 보고 말하는 연습을 해보세요.

- **Jangseung : cột gỗ cao được khắc vật tổ**
- **dựng ở cổng làng, bảo hộ làng**

18 잡상에 대해 소개해보세요.

Hãy giới thiệu về Japsang.

❶ 답안을 읽어보자

Japsang là ngói hình con thú thường dùng để trang trí mái nhà của ngôi nhà truyền thống. Hầu hết cố cung của Hàn Quốc đều có Japsang. Và đây được làm để xua đuổi tà ma và khí xấu, bảo vệ sự an nguy của hoàng gia. Trên mái nhà Khánh Hội Lâu có 11 cái Japsang, còn trên mái nhà Geunjeongjeon có 7 cái Japsang.

❷ 뜻을 살펴보자

잡상은 전통적인 건축물의 지붕 위에 장식하는 동물 모양의 기와를 말합니다. 한국의 대부분의 고궁에는 잡상이 있습니다. 이는 주로 궁정의 악귀와 사기를 내쫓고, 왕실의 평안을 지키기 위해 만든 것입니다. 경회루의 지붕에는 11개의 잡상이 있고, 근정전의 지붕 위에는 7개의 잡상이 있습니다.

❸ 핵심 키워드만 보고 말해보자

한국어와 베트남어 내용을 모두 숙지했다면 이번에는 키워드만 보고 말하는 연습을 해보세요.

- **ngói hình con thú, trang trí mái nhà** ➜ **xua đuổi tà ma và khí xấu, bảo vệ sự an nguy**
- **Khánh Hội Lâu (11 cái), Geunjeongjeon (7 cái)**

19 사방신에 대해 소개해보세요.

> **Hãy giới thiệu về Sabangsin(Tứ thần).**

❶ 답안을 읽어보자

Em xin giới thiệu Tứ thần.

Tứ thần còn được gọi là Tứ tượng, và mỗi thánh thú cai quản một phương và tượng trưng cho một mùa.

Thanh Long của phương Đông, Bạch Hổ của phương Tây, Chu Tước của phương Nam, Huyền Vũ của phương Bắc.

❷ 뜻을 살펴보자

사신(사방신)을 소개하겠습니다.

사신은 사상이라고도 불리며, 각각의 사수가 하나의 방향을 다스리고 하나의 계절을 상징합니다.

동쪽의 청룡, 서쪽의 백호, 남쪽의 주작, 북쪽의 현무입니다.

❸ 핵심 키워드만 보고 말해보자

한국어와 베트남어 내용을 모두 숙지했다면 이번에는 키워드만 보고 말하는 연습을 해보세요.

Thanh Long (Đông), Bạch Hổ (Tây), Chu Tước (Nam), Huyền Vũ (Bắc)

20 난타에 대해 소개해보세요.

> **Hãy giới thiệu về Nanta.**

1 답안을 읽어보자

Màn biểu diễn Nanta là một trong biểu diễn nghệ thuật không lời nổi tiếng của Hàn Quốc, được kết hợp với Samulnori (âm nhạc bộ gõ truyền thống Hàn Quốc). Nanta diễn về một câu chuyện hài hước xảy ra trong bếp. Và trong nhiều loại hài kịch, Nanta đặc biệt có ý nghĩa. Vì đây là màn biểu diễn không lời lần đầu tiên tại Hàn Quốc.

2 뜻을 살펴보자

난타는 한국의 유명한 비언어 공연 중 하나이며, 사물놀이(한국의 전통 타악기 음악)와 결합시켰습니다. 난타는 부엌에서 일어나는 코믹한 사건에 대해 공연합니다. 그리고 많은 희극 중에 난타는 특히나 더 의미가 있습니다. 왜냐하면 이는 한국에서 최초로 공연된 비언어 공연이기 때문입니다.

3 핵심 키워드만 보고 말해보자

한국어와 베트남어 내용을 모두 숙지했다면 이번에는 키워드만 보고 말하는 연습을 해보세요.

biểu diễn nghệ thuật không lời, kết hợp với Samulnori, chuyện xảy ra trong bếp

---

Hãy giới thiệu về Temple Stay(chương trình lưu trú tại chùa).

1 답안을 읽어보자

Em xin giới thiệu Temple Stay, chương trình lưu trú tại chùa.
Chương trình lưu trú tại chùa được nhiều du khách ưa thích. Nhất là, với những du khách đang tìm kiếm môi trường yên tĩnh, đồng thời muốn trải nghiệm văn hóa mới. Nếu tham gia Temple Stay, thì sẽ bắt đầu một ngày vào lúc 4 giờ sáng, và mọi người phải tuân theo lịch trình đã định với các hoạt động như đi vòng quanh tháp, tụng kinh, uống trà, thiền, và Baru Gongyang v.v.. Thường thì các ngôi chùa nằm sâu trong khu rừng, nhưng tại Seoul cũng có nhiều ngôi chùa nên các du khách có thể dễ dàng tham gia.
* Baru Gongyang là cách ăn của người tu, họ luôn ăn hết tất cả món ăn, và cuối cùng bỏ nước vào bát và uống sạch.

2 뜻을 살펴보자

템플스테이를 소개하겠습니다.
템플스테이는 많은 관광객으로부터 사랑을 받습니다. 특히, 조용한 환경을 찾으며 동시에 새로운 문화를 체험하고 싶어하는 고객들에게 말입니다. 템플스테이에 참가하면 하루를 새벽 4시에 시작하게 됩니다, 그리고 탑돌이, 예불, 다도, 명상, 발우 공양 등과 같은 활동과 함께 정해진 일정을 따라야 합니다. 사찰들은 주로 숲 속 깊은 곳에 위치해 있지만, 서울에도 사찰들이 많아 관광객들이 쉽게 참가할 수 있습니다.
*발우공양은 수행자(승려)의 식사법인데, 그들은 보통 모든 음식을 다 먹고 마지막에 그릇에 물을 넣어 깨끗이 마십니다.

3 핵심 키워드만 보고 말해보자

한국어와 베트남어 내용을 모두 숙지했다면 이번에는 키워드만 보고 말하는 연습을 해보세요.

- **bắt đầu lúc 4 giờ sáng**
- **lịch trình đã định : đi vòng quanh tháp, tụng kinh, uống trà, thiền, Baru Gongyang**

◉ 외국인 템플스테이를 제공하는 사찰

사찰	주소	사찰	주소	사찰	주소
국제선 센터	서울 양천구 신정동	월정사	강원 평창군 진부면	미황사	전남 해남군 송지면
금선사	서울 종로구 구기동	범어사	부산 금정구 청룡동	화엄사	전남 구례군 마산면
묘각사	서울 종로구 숭인동	법주사	충북 보은군 속리사면	골굴사	경북 경주시 양북면
봉은사	서울 강남구 삼성동	마곡사	충남 공주시 사곡면	직지사	경북 김천시 대항면
전등사	인천 강화군 길상면	금산사	전북 김제시 금산면	해인사	경남 합천군 가야면
용주사	경기 화성시 송산동	선운사	전북 고창군 아산면	약천사	제주 서귀포기
동화사	대구 동구 도학동	내소사	전북 부안군 진서면		

22 한국의 축제 중 하나를 추천해주세요.

Hãy giới thiệu một lễ hội của Hàn Quốc.

❶ 답안을 읽어보자

Ở Hàn Quốc có rất nhiều lễ hội như lễ hội hoa anh đào, lễ hội pháo hoa, liên hoan phim v.v.. Và trong đó em muốn giới thiệu Liên hoan phim quốc tế Busan. Vào tháng 10 hàng năm, Liên hoan phim quốc tế Busan được tổ chức và nhiều diễn viên và đạo diễn nổi tiếng khắp thế giới đến tham dự. Nên đây là cơ hội có thể xem được những diễn viên nổi tiếng.

❷ 뜻을 살펴보자

한국에는 벚꽃 축제, 불꽃 축제, 영화제 등과 같은 축제가 많이 있습니다.
그리고 그중에 저는 부산국제영화제를 소개하고 싶습니다. 매년 10월에 부산국제영화제(BIFF)가 열리고 세계적으로 유명한 배우와 감독이 참석합니다. 그렇기 때문에 이는 유명한 배우들을 볼 수 있는 좋은 기회입니다.

❸ 핵심 키워드만 보고 말해보자

한국어와 베트남어 내용을 모두 숙지했다면 이번에는 키워드만 보고 말하는 연습을 해보세요.

- lễ hội hoa anh đào, lễ hội pháo hoa, liên hoan phim v.v.
- Liên hoan phim quốc tế : tháng 10, diễn viên và đạo diễn nổi tiếng

전국 주요축제

지역	축제명	일자	지역	축제명	일자
서울	여의도 봄꽃 축제	4월경	강원	강릉단오제	5~6월경
	서울 세계불꽃 축제	10월경		정동진 해돋이 축제	1월
	서울 억새 축제	10월경		춘천 인형극제	9~10월경
	이태원 지구촌 축제	10월경		태백산 눈축제	1월경
부산	부산 국제 영화제	가을		화천 산천어 축제	1월경
	부산 불꽃 축제	10월경	충북	음성 고주 축제	9월경
대구	약령시 한방문화 축제	10월초	충남	백제 문화제	9~10월경
	대구 동성로 축제	5월경		계룡 지상군 페스티벌	10월경
인천	펜타포트락 페스티벌	여름		보령 머드 축제	7월경
	소래포구 축제	가을	전북	남원 춘향제	5월경
광주	광주 국제 영화제	5월~11월		부안곰소젓갈 발효 축제	10월경
울산	울산고래 축제	9월경		전주 국제 영화제	4~5월경
	간절곶 해맞이 축제	1월		전주 비빔밥 축제	11월경
경기	가평 자라섬 국제 페스티벌	9~10월경	전남	순천만 갈대 축제	10월경
	고양 국제 꽃 박람회	4~5월경		함평 나비 축제	4~5월경
	부천 국제 만화 축제	8~12월경	경북	안동 국제탈춤 페스티벌	9~10월경
	안성 남사당 바우덕이 축제	9~10월경		청도 소 싸움축제	4월경
	연천 전곡리 구석기 축제	4~5월경	경남	진주 남강 유등축제	10월경
	이천 도자기 축제	4~5월경		진해 군황제	4월경
제주	성산일출축제	1월			

23 한국 화폐에 대해 설명해보세요.

> **Hãy cho biết về tiền tệ Hàn Quốc.**

1 답안을 읽어보자

Em xin giới thiệu tiền tệ Hàn Quốc.

Đơn vị tiền tệ của Hàn Quốc là won, và Hàn Quốc có tiền giấy và đồng xu.

Trên đồng xu 100 won có hình của tướng quân Yi Sun-sin, vị tướng vĩ đại nhất Hàn Quốc đã đánh đuổi Nhật Bản.

Trên tờ 1.000 won có hình của Yi Hwang, còn trên tờ 5.000 won có hình của Yi I. Hai người đều là quân sư tài giỏi và học giả Tân Nho Giáo thời Joseon. Và Yi I là con trai của Shin Saimdang. Trên tờ 10.000 won có đại đế Sejong, vị vua sáng chế Hangeul. Trên tờ 50.000 won có Shin Saimdang, người mẹ của Yi I, là một người mẹ rất sáng suốt, hiền dịu.

2 뜻을 살펴보자

한국의 화폐를 소개하겠습니다.

한국의 화폐 단위는 원이며, 지폐와 동전이 있습니다.

100원 짜리 동전에는 일본을 물리친 한국의 가장 위대한 장군인 이순신의 모습이 있습니다.

1,000원에는 이황의 모습이, 그리고 5,000원에는 이이의 모습이 있습니다. 두 분 모두 조선 시대의 유명한 전술가, 성리학자입니다. 그리고 이이는 신사임당의 아들입니다. 10,000원 짜리 지폐에는 한글을 창제한 세종대왕의 모습이 있습니다. 50,000원 짜리에는 이이의 어머니이자 현명하고 어진 어머니인 신사임당이 있습니다.

3 핵심 키워드만 보고 말해보자

한국어와 베트남어 내용을 모두 숙지했다면 이번에는 키워드만 보고 말하는 연습을 해보세요.

- tiền giấy + đồng xu
- 1.000 (Yi Hwang), 5.000 (Yi I) ➜ quân sư, học giả Tân Nho Giáo
- 10.000 (Sejong) ➜ vua sáng tạo Hangeul
- 50.000 (Shin Saimdang) ➜ mẹ của Yi I, mẹ sáng suốt, hiền dịu

24 한국의 대중교통에 대해 말해보세요.

Hãy cho biết về hệ thống giao thông công cộng của Hàn Quốc.

1 답안을 읽어보자

Hệ thống giao thông của Hàn Quốc rất hiện đại và rất phát triển. Nhất là ở Seoul. Giao thông công cộng phổ biến nhất của Seoul là tắc xi, tàu điện ngầm và xe buýt. Du khách có thể đi lại trong thành phố bằng 3 phương tiện đó. Tàu điện ngầm và xe buýt, có thể nói là phương tiện phổ biến nhất, kết nối tất cả Seoul. Nhiều du khách đi tàu điện ngầm đều rất ngạc nhiên do rất sạch sẽ, có thể sử dụng wifi trong tàu và phí rẻ. Ngoài ra, du khách cũng được giảm phí nếu chuyển xe trong vòng 30 phút đến 1 tiếng. Nên giao thông Seoul rất nổi tiếng và được yêu thích. Tắc xi cũng là một phương tiện an toàn và tiện lợi. Nhất là với những du khách không biết cách đi xe buýt hoặc tàu điện ngầm.

2 뜻을 살펴보자

한국의 교통 시스템은 매우 현대적이며 매우 발전하였습니다. 특히, 서울에서 말입니다. 서울의 가장 보편적인 대중교통은 택시, 지하철 그리고 버스입니다. 관광객은 그 세 가지 수단으로 도시 안을 다닐 수 있습니다. 지하철과 버스는 가장 보편적인 수단이라고 말할 수 있는데, 서울 전체를 연결하기 때문입니다. 많은 관광객이 지하철을 타고 놀라는데, 이는 지하철이 깨끗하고 와이파이를 사용할 수 있으며 비용이 저렴하기 때문입니다. 그밖에 30분에서 1시간 내 다른 수단으로 옮겨 탈 경우 비용을 할인받을 수 있습니다. 그래서 서울의 교통이 유명하며 사랑받는 것입니다. 택시 역시 안전하고 편안한 수단입니다. 특히, 버스나 지하철을 탈 줄 모르는 관광객에게 말입니다.

3 핵심 키워드만 보고 말해보자

한국어와 베트남어 내용을 모두 숙지했다면 이번에는 키워드만 보고 말하는 연습을 해보세요.

- tắc xi, tàu điện ngầm, xe buýt
- tàu điện ngầm : sạch sẽ, sử dụng wifi, phí rẻ
- giảm phí nếu chuyển xe trong vòng 30 phút đến 1 tiếng

> ## Đặc điểm của Phật giáo Hàn Quốc là gì?

1 답안을 읽어보자

Em xin giới thiệu về Phật giáo Hàn Quốc.

Phật giáo được truyền từ Trung Quốc sang Hàn Quốc vào thời Tam Quốc. Và đặc điểm của Phật giáo Hàn Quốc là đã được bắt đầu với tinh thần hộ quốc an dân, sau này dần dần trở thành một tôn giáo riêng cho dân tộc Hàn. Vào thời chiến tranh Nhâm Thìn với Nhật, đã có rất nhiều tăng binh tham chiến, đây cho thấy đặc điểm của tinh thần hộ quốc của Phật giáo Hàn Quốc. Nhưng sau này, vào thời Joseon, đã chọn Nho giáo làm quốc giáo nên nhiều ngôi chùa đã được xây dựng trên núi. Ngoài ra, Phật giáo Hàn Quốc được kết hợp với tín ngưỡng dân gian nên có thể thấy miếu Sơn thần v.v. trong chùa.

2 뜻을 살펴보자

한국의 불교에 대해 설명하겠습니다.

불교는 삼국시대 때 중국에서 전해져 한국으로 유입되었습니다. 한국 불교의 특징은 호국사상으로 시작되었다는 것이며, 이후에 서서히 한민족만을 위한 하나의 종교가 되었습니다. 임진왜란 때 많은 승병이 전쟁에 참가했는데, 이는 한국의 호국불교의 특징을 보여줍니다. 하지만 조선 시대에, 유교를 국교로 삼으면서 많은 사찰들이 산 위에 지어졌습니다. 그밖에 한국의 불교는 민간신앙과 결합되었기 때문에 사찰에서 산신각 등을 볼 수 있습니다.

3 핵심 키워드만 보고 말해보자

한국어와 베트남어 내용을 모두 숙지했다면 이번에는 키워드만 보고 말하는 연습을 해보세요.

- **Trung Quốc → thời Tam Quốc**
- **đặc điểm : hộ quốc an dân, tín ngưỡng dân gian**
- **thời Joseon : ngôi chùa được xây trên núi.**

26 한국인을 배달민족이라고 부르는 이유는 무엇인가요?

 Track 134

Lý do gọi người Hàn Quốc là 'dân tộc Baedal' là gì?

① 답안을 읽어보자

Người Hàn Quốc gọi là 'dân tộc Hàn'. Ngoài ra cũng gọi là 'dân tộc áo trắng, 'dân tộc Baedal(Bội Đạt)'. Gọi là dân tộc áo trắng vì từ xưa, nước ta thích mặc áo trắng. Còn gọi là dân tộc Baedal(Bội Đạt) là vì con trai của thần Hwanin, là Hwanung đã xuống trần lập nước, tên là 'Baedal'.

② 뜻을 살펴보자

한국인은 한민족이라고 부릅니다. 이 외에 백의민족, 배달민족이라고도 부릅니다. 백의민족으로 부르는 것은 우리 민족이 아주 오래 전부터 흰색 옷을 입는 것을 즐겼기 때문입니다. 배달민족으로 부르는 것은 환인의 아들 환웅이 지상으로 내려와 배달이라는 이름의 국가를 세웠기 때문입니다.

③ 핵심 키워드만 보고 말해보자

한국어와 베트남어 내용을 모두 숙지했다면 이번에는 키워드만 보고 말하는 연습을 해보세요.

- dân tộc Hàn, dân tộc áo trắng, dân tộc Baedal(Bội đạt)
- Hwanung lập nước Baedal

제5장

관광법규 및 관광학개론

Hãy nói về loại hình ngành du lịch.

1 답안을 읽어보자

Ngành du lịch được chia thành ba loại dựa trên luật xúc tiến du lịch.

Thứ nhất, du lịch tổng hợp là loại hình du lịch cho người trong nước và người nước ngoài đi trong và ngoài nước.

Thứ hai, du lịch quốc tế là loại hình du lịch cho người trong nước đi nước ngoài.

Thứ ba, du lịch nội địa là loại hình du lịch cho người trong nước đi du lịch nội địa.

2 뜻을 살펴보자

관광업은 관광진흥법에 의거하여 세 가지로 나뉠 수 있습니다.

첫째, 일반여행업은 국내외를 여행하는 내국인, 외국인을 대상으로 하는 여행업입니다.

둘째, 국외여행업은 국외를 여행하는 내국인을 대상으로 하는 여행업입니다.

셋째, 국내여행업은 국내를 여행하는 내국인을 대상으로 하는 여행업입니다.

3 핵심 키워드만 보고 말해보자

한국어와 베트남어 내용을 모두 숙지했다면 이번에는 키워드만 보고 말하는 연습을 해보세요.

- ba loại : luật xúc tiến du lịch
- du lịch tổng hợp : du lịch trong và ngoài nước, người trong nước, người nước ngoài
- du lịch quốc tế : du lịch nước ngoài, người trong nước
- du lịch nội địa : du lịch trong nước, người trong nước

🔊 Track 136

Đi tour và đi du lịch, du hành khác nhau thế nào?

❶ 답안을 읽어보자

Đi tour và du lịch, du hành khác nhau ở mục đích của nó. Đi tour là chuyến du lịch có mục đích rõ ràng và thường để thưởng ngoạn lịch sử, văn hóa, thiên nhiên v.v.. Do đó nếu không có mục đích đi thì sẽ không đi. Còn du lịch, du hành thì mục đích là đi đến nơi khác nên có thể đi dù không có mục đích rõ ràng. Lịch trình du lịch thì có thể chọn sau nên có thể du lịch, du hành nơi khác dù không có kế hoạch rõ ràng.

❷ 뜻을 살펴보자

투어와 여행은 그 목적이 서로 다릅니다.
투어는 정확한 목적이 있는 여행으로, 보통 역사, 문화, 자연 등을 감상하는데 그 목적이 있습니다. 그렇기 때문에 목적이 없으면 가지 않습니다. 여행은 목적이 다른 곳에 가는 것이기 때문에 분명한 목적이 없어도 갈 수 있습니다. 여행 일정은 이후에 정할 수 있기 때문에 분명한 계획이 없더라도 다른 곳으로 여행갈 수 있습니다.

❸ 핵심 키워드만 보고 말해보자

한국어와 베트남어 내용을 모두 숙지했다면 이번에는 키워드만 보고 말하는 연습을 해보세요.

- đi tour : mục đích rõ ràng ➜ thưởng ngoạn lịch sử, văn hóa
- du lịch, du hành : đi đến nơi khác, không cần kế hoạch

Hãy nói về loại hình du lịch hiện đại.

❶ 답안을 읽어보자

Em xin giới thiệu loại hình du lịch hiện đại.

Hiện nay, có rất nhiều loại hình du lịch như du lịch sinh thái, du lịch xanh, du lịch khen thưởng v.v..

Du lịch sinh thái là loại hình du lịch trải nghiệm sinh thái để học hỏi cách bảo vệ môi trường tự nhiên.

Du lịch u ám là loại hình du lịch trải nghiệm điểm du lịch có lịch sử bi thảm để học hỏi.

❷ 뜻을 살펴보자

현대 관광의 종류에 대해 소개하겠습니다.

현재는 생태관광, 녹색관광, 인센티브관광 등 다양한 형태의 관광이 있습니다.

생태관광은 생태계를 체험하고 자연환경을 보호하는 법을 배우는 관광 형태입니다.

다크 투어리즘은 교훈을 얻기 위해 비참한 역사가 있는 여행지를 체험하는 관광 형태입니다.

❸ 핵심 키워드만 보고 말해보자

한국어와 베트남어 내용을 모두 숙지했다면 이번에는 키워드만 보고 말하는 연습을 해보세요.

du lịch sinh thái, du lịch xanh, du lịch khen thưởng, du lịch u ám

Hãy cho biết về du lịch đại chúng và du lịch bền vững.

❶ 답안을 읽어보자

Du lịch đại chúng là loại du lịch thông thường được các công ty du lịch tổ chức và không giới hạn số người.

Du lịch đại chúng không được lập kế hoạch cẩn thận cho việc nâng cao công tác bảo tồn hoặc giáo dục nên không mang lại lợi ích cho cộng đồng địa phương và có thể dễ dàng phá hủy môi trường.

Nên gần đây, nhiều nước đang đẩy mạnh du lịch bền vững. Du lịch bền vững cũng giống du lịch đại chúng nhưng được lập kế hoạch cẩn thận nên mang lại lợi ích cho cộng đồng địa phương, bảo tồn tự nhiên.

❷ 뜻을 살펴보자

대중관광은 일반적인 관광 형태로 여행사들에 의해 행해지고 인원수의 제한이 없습니다.

대중관광은 보존 작업 및 교육을 향상시키는 것에 대해서는 세밀하게 계획되지 않아 지역 공동체에게 이익을 가져다주지 못하고 환경을 쉽게 훼손할 수 있습니다.

그래서 최근에 많은 국가에서는 대안관광을 강력하게 추진하고 있습니다. 대안관광은 대중관광과 유사하지만 세밀하게 계획하였기 때문에 지역 공동체에게 이익을 가져다줄 수 있고, 자연 또한 보존할 수 있습니다.

❸ 핵심 키워드만 보고 말해보자

한국어와 베트남어 내용을 모두 숙지했다면 이번에는 키워드만 보고 말하는 연습을 해보세요.

- **du lịch đại chúng : du lịch thông thường, không giới hạn số người, dễ dàng phá hủy môi trường**
- **du lịch bền vững : lập kế hoạch cẩn thận, lợi ích cộng đồng địa phương (ví dụ : du lịch sinh thái)**

05 안보관광이란 무엇인가요?

🔊 Track 139

Du lịch an ninh là gì?

1 답안을 읽어보자

Du lịch an ninh là loại hình du lịch tham quan khu phi quân sự như Bàn Môn Điếm, công viên Imjingak v.v. để học hỏi, hiểu biết tầm quan trọng của an ninh quốc gia.

2 뜻을 살펴보자

안보관광은 국가안보의 중요성을 이해하고 배우기 위해 판문점, 임진각 공원 등과 같은 비무장 지대를 관람하는 관광 형태입니다.

3 핵심 키워드만 보고 말해보자

한국어와 베트남어 내용을 모두 숙지했다면 이번에는 키워드만 보고 말하는 연습을 해보세요.

- du lịch an ninh : tham quan khu phi quân sự, Bàn Môn Điếm v.v.
- hiểu biết tầm quan trọng của an ninh quốc gia

> **Fam tour là gì?**

① 답안을 읽어보자

Fam tour là từ viết tắt của Familiarization Tour, và được các công ty du lịch tổ chức để cho các nhân viên công ty du lịch, nhà báo trải nghiệm trước các sản phẩm du lịch mới phát triển.

② 뜻을 살펴보자

팸 투어는 Familiarization Tour의 약자로, 새로 개발된 여행 상품들을 여행사 직원, 기자들이 먼저 체험해볼 수 있도록 여행사들에 의해 진행됩니다.

③ 핵심 키워드만 보고 말해보자

한국어와 베트남어 내용을 모두 숙지했다면 이번에는 키워드만 보고 말하는 연습을 해보세요.

nhân viên công ty du lịch, nhà báo trải nghiệm sản phẩm du lịch mới

07 SIT/ FIT/ FCT는 무엇인가요?

 Track 141

> ## SIT/ FIT/ FCT là gì?

1 답안을 읽어보자

FIT là loại hình du lịch nước ngoài tự do, du khách có thể tự sắp xếp lịch trình và đi lại tự do.
FCT là loại hình du lịch nước ngoài đi cùng với hướng dẫn viên du lịch, phải đi theo lịch trình đã định.
SIT là loại hình du lịch có mục đích và chủ đề. Ví dụ như du lịch an ninh, du lịch trải nghiệm v.v..

2 뜻을 살펴보자

FIT는 자유 해외 여행 형태로, 관광객이 직접 일정을 짜고 자유롭게 다닐 수 있습니다.
FCT는 관광통역안내사와 함께 가는 해외 여행 형태로, 정해진 일정에 따라 다녀야 합니다.
SIT는 목적과 테마가 있는 여행 형태입니다. 예를 들어, 안보 관광, 체험관광 등이 있습니다.

3 핵심 키워드만 보고 말해보자

한국어와 베트남어 내용을 모두 숙지했다면 이번에는 키워드만 보고 말하는 연습을 해보세요.

- **FIT(Foreign Independent Tour)** : du lịch nước ngoài tự do
- **FCT(Foreign Conducted Tour)** : du lịch nước ngoài với hướng dẫn viên du lịch
- **SIT(Special Interest Travel)** : du lịch có mục đích và chủ đề

Hãy nói về ngành du lịch MICE.

1 답안을 읽어보자

MICE có nghĩa là Meeting(cuộc họp), Incentive(khen thưởng), Convention(hội nghị, hội thảo) và Exhibition(triển lãm). Du lịch MICE là loại hình du lịch kết hợp hội thảo, khen thưởng, cuộc họp và triển lãm. Và hiện nay Hàn Quốc là một nơi để du lịch MICE rất nổi tiếng ở Châu Á. Hàn Quốc có nhiều trung tâm triển lãm và hội nghị nổi tiếng : là BEXCO, KINTEX, HICO v.v.. KINTEX là trung tâm hội nghị quốc tế nằm ở Goyang. Còn BEXCO là trung tâm hội nghị quốc tế có sức chứa lớn nhất ở Busan. Hiện nay du lịch MICE là một loại hình du lịch rất được gây chú ý, vì mỗi đoàn đều rất lớn. Do đó, hiện nay chính phủ Hàn Quốc đang nỗ lực để phát triển du lịch MICE.

2 뜻을 살펴보자

마이스는 Meeting(만남), Incentive(인센티브), Convention(회담)과 Exhibition(전시)이라는 뜻입니다. 마이스 관광은 회담, 인센티브, 만남, 전시회를 결합시킨 관광 형태입니다. 그리고 현재 한국은 아시아에서 매우 유명한 마이스 관광 장소입니다. 한국은 BEXCO, KINTEX, HICO 등 유명한 컨벤션 및 전시센터가 많습니다. 킨텍스는 고양에 위치한 국제 컨벤션입니다. 벡스코는 부산에서 가장 수용력이 큰 국제 컨벤션입니다. 현재 마이스 관광은 각광 받는 관광 형태인데, 각각의 단체가 매우 크기 때문입니다. 따라서, 현재 한국 정부는 마이스 관광을 발전시키기 위해 노력하고 있습니다.

3 핵심 키워드만 보고 말해보자

한국어와 베트남어 내용을 모두 숙지했다면 이번에는 키워드만 보고 말하는 연습을 해보세요.

MICE(Meeting – cuộc họp, Incentive – khen thưởng, Convention – hội nghị, hội thảo, Exhibition – triển lãm)

09 카지노 사업의 긍정, 부정적 효과를 말해보세요.

 Track 143

Hãy cho biết tác động tích cực và tiêu cực của ngành casino.

❶ 답안을 읽어보자

Em xin nói về điểm tích cực và tiêu cực của ngành casino.
Casino giúp thu hút du khách và đầu tư, thu được ngoại tệ, tạo việc làm v.v..
Nhưng ngược lại, tỷ lệ tội phạm và nghiện cờ bạc có thể gia tăng.

❷ 뜻을 살펴보자

카지노 사업의 긍정적인 면과 부정적인 면에 대해 말하겠습니다.
카지노는 관광객과 투자를 유치, 외화 유입, 일자리 창출 등을 돕습니다.
반면에, 범죄율과 도박 중독이 증가할 수 있습니다.

❸ 핵심 키워드만 보고 말해보자

한국어와 베트남어 내용을 모두 숙지했다면 이번에는 키워드만 보고 말하는 연습을 해보세요.

- **tác động tích cực : thu hút du khách và đầu tư, thu ngoại tệ, tạo việc làm**
- **tác động tiêu cực : tỷ lệ tội phạm, nghiện cờ bạc gia tăng**

Hãy cho biết về ngành du lịch y tế.

① 답안을 읽어보자

Em xin giới thiệu du lịch y tế.
Trình độ y tế của Hàn Quốc rất cao nên nhiều người nước ngoài đến Hàn Quốc để khám bệnh, làm thẩm mỹ.
Nhưng Hàn Quốc đang thiếu chế độ, sản phẩm về du lịch y tế.
Chính phủ Hàn Quốc phải tăng cường phát triển du lịch y tế.

② 뜻을 살펴보자

의료관광을 소개하겠습니다.
한국은 의료 수준이 높아 많은 외국인이 한국에 진찰을 받으러, 성형수술을 하러 옵니다.
하지만 한국은 현재 의료관광에 대한 제도, 상품이 부족합니다.
한국 정부는 의료관광을 적극적으로 발전시켜야 합니다.

③ 핵심 키워드만 보고 말해보자

한국어와 베트남어 내용을 모두 숙지했다면 이번에는 키워드만 보고 말하는 연습을 해보세요.

trình độ y tế Hàn Quốc cao → khám bệnh, thẩm mỹ → thiếu chế độ, sản phẩm → phát triển du lịch y tế

코드쉐어(Code share)란 무엇인가요?

Code share là gì?

❶ 답안을 읽어보자

Em xin giới thiệu về code share, chuyến bay liên danh.

Chuyến bay liên danh có nghĩa là hai hãng hàng không cùng chia sẻ máy bay hoặc chuyến bay với nhau .

Có nghĩa là mua vé ở hãng hàng không A nhưng lại đi bằng máy bay của hãng hàng không B.

Với code share, du khách có thể đi chuyến bay đa dạng với giá rẻ hơn.

❷ 뜻을 살펴보자

코드쉐어, 공동운항에 대해 소개하겠습니다.

공동운항이란 두 항공사가 비행기 혹은 비행편을 서로 공유하는 것을 의미합니다.

즉, A 항공사에서 표를 샀는데 B 항공사의 비행기를 타고 가는 것을 의미합니다.

코드쉐어로 관광객은 다양한 비행편을 보다 저렴한 가격에 이용할 수 있습니다.

❸ 핵심 키워드만 보고 말해보자

한국어와 베트남어 내용을 모두 숙지했다면 이번에는 키워드만 보고 말하는 연습을 해보세요.

- code share = chuyến bay liên danh
- hai hãng hàng không chia sẻ : máy bay, chuyến bay
- đi chuyến bay đa dạng, giá rẻ hơn

Tour du thuyền là gì? Và cảng du thuyền của Hàn Quốc là đâu?

❶ 답안을 읽어보자

Tour du thuyền là chuyến tham quan nghỉ đêm trên du thuyền, và trên thuyền có dịch vụ đa dạng như khách sạn, quán bar, hồ bơi v.v. để du khách có thể làm mọi thứ trên du thuyền. Ở Hàn Quốc có 5 cảng du thuyền là cảng Jeju, Busan, Incheon, Yeosu và Sokcho.

❷ 뜻을 살펴보자

크루즈 관광은 크루즈에서 숙박을 하는 여행으로, 크루즈에는 호텔, 바, 수영장 등과 같은 다양한 서비스가 있어 크루즈에서 관광객은 모든 것을 할 수 있습니다. 한국에는 5개의 기항지인 제주항, 부산항, 인천항, 여수항, 속초항이 있습니다.

❸ 핵심 키워드만 보고 말해보자

한국어와 베트남어 내용을 모두 숙지했다면 이번에는 키워드만 보고 말하는 연습을 해보세요.

- tour du thuyền : chuyến tham quan nghỉ đêm trên du thuyền
- 5 cảng du thuyền : Jeju, Busan, Incheon, Yeosu, Sokcho

13 슬로 시티란 무엇인가요?
한국의 슬로 시티들을 알려주세요.

 Track 147

Slowcity là gì? Và cho biết những slowcity của Hàn Quốc.

❶ 답안을 읽어보자

Slowcity(thành phố chậm) được bắt đầu từ một ngôi làng nhỏ ở Ý. Để được chọn là slow city, dân số đô thị phải dưới 50 ngàn người. Hiện ở Hàn Quốc có 15 thành phố chậm, là Namyangju, Yesan, Shinan, Sangju, Cheongsong, Hadong, Damyang, Jeonju, Jecheon, Wando, Yeongweol, Taean, Kimhae, Yeongyang, Seocheon. Mục tiêu của phong trào slow city là nâng cao chất lượng sinh hoạt, phát triển đặc trưng đô thị, bảo vệ môi trường v.v..

❷ 뜻을 살펴보자

슬로 시티 운동은 이탈리아 작은 마을의 사장들에 의해 시작되었습니다. 슬로 시티로 지정되기 위해서는 도시의 인구가 50,000명 이하여야 합니다. 현재 한국에는 15개의 슬로 시티가 있습니다. 남양주, 예산, 신안, 상주, 청송, 하동, 담양, 전주, 제천, 완도, 영월, 태안, 김해, 영양, 서천입니다. 슬로 시티 운동의 목표는 삶의 질을 높이고, 도시의 개성을 발전시켜, 환경을 보호하는 것 등이 있습니다.

❸ 핵심 키워드만 보고 말해보자

한국어와 베트남어 내용을 모두 숙지했다면 이번에는 키워드만 보고 말하는 연습을 해보세요.

- bắt đầu từ Ý, dân số dưới 50 ngàn, Hàn Quốc có 15 nơi
- mục đích : nâng cao chất lượng sinh hoạt, phát triển đặc trưng đô thị, bảo vệ môi trường v.v.

14 저가 항공사에 대해 말해보세요.

> Hãy nói về hãng hàng không giá rẻ.

① 답안을 읽어보자

Ở Hàn Quốc có nhiều hãng hàng không giá rẻ, như hãng Jin Air, T Way, Jeju Air v.v.. Do giá rẻ hơn hãng hàng không chính, ngày càng có nhiều người đi những hãng hàng không này. Nhưng hãng hàng không giá rẻ có những điểm yếu như thường bị chậm trễ, chỗ ngồi hẹp, hạn chế cân nặng của hành lý, ít dịch vụ miễn phí v.v..

② 뜻을 살펴보자

한국에는 진에어, 티웨이, 제주항공 등과 같은 저가 항공사가 많습니다. 국적기보다 가격이 저렴하여 날이 갈수록 많은 사람들이 이 항공사들을 이용합니다. 하지만 저가 항공사는 연착, 좁은 좌석, 수하물 무게 제한, 적은 무료 서비스 등의 약점이 있습니다.

③ 핵심 키워드만 보고 말해보자

한국어와 베트남어 내용을 모두 숙지했다면 이번에는 키워드만 보고 말하는 연습을 해보세요.

- hãng hàng không giá rẻ: hãng Jin Air, T Way, Jeju Air
- giá rẻ ➜ bị chậm trễ, chỗ ngồi hẹp, hạn chế cân nặng hành lý, ít dịch vụ miễn phí

15 1330 서비스란 무엇인가요?

Dịch vụ 1330 là gì?

❶ 답안을 읽어보자

Em xin giới thiệu dịch vụ 1330.

Số 1330 là số điện thoại trực tuyến của tổng cục du lịch Hàn Quốc, cung cấp dịch vụ và thông tin cho du khách. Số 1330 giúp du khách có thể du lịch tiện lợi hơn và thoải mái hơn ở Hàn Quốc. Hơn nữa, cung cấp cả dịch vụ phiên dịch sang 8 ngôn ngữ là: tiếng Anh, tiếng Nhật, tiếng Hoa, tiếng Việt v.v.. Ngoài ra, du khách có thể đặt phòng khách sạn Benikea qua đây.

❷ 뜻을 살펴보자

1330 서비스를 소개하겠습니다.

1330번은 한국관광공사의 콜센터로, 관광객에게 정보와 서비스를 제공합니다. 1330번은 관광객이 한국에서 더 쾌적하고 편하게 여행할 수 있도록 도와줍니다. 게다가 8개의 언어로 통번역 서비스를 제공하는데, 이는 영어, 일본어, 중국어, 베트남어 등입니다. 그밖에 여기를 통해 베니키아 호텔을 예약할 수도 있습니다.

❸ 핵심 키워드만 보고 말해보자

한국어와 베트남어 내용을 모두 숙지했다면 이번에는 키워드만 보고 말하는 연습을 해보세요.

- điện thoại trực tuyến của tổng cục du lịch Hàn Quốc
- cung cấp dịch vụ và thông tin, dịch vụ phiên dịch sang 8 ngôn ngữ (tiếng Hàn, tiếng Anh, tiếng Nhật, tiếng Hoa, tiếng Nga, tiếng Việt, tiếng Thái Lan, tiếng Indonesia)

16 에어비앤비를 소개해주세요.

🔊 Track 150

> **Hãy giới thiệu về Airbnb.**

❶ 답안을 읽어보자

Airbnb là dịch vụ chia sẻ phòng cho du khách. Du khách có thể trực tiếp đặt phòng qua Internet hoặc ứng dụng. Hàn Quốc cũng có nhiều nơi được đăng ký trên Airbnb. Thị trường của Airbnb ngày càng tăng trưởng, vì rất phù hợp với nhu cầu của giới trẻ.

❷ 뜻을 살펴보자

에어비앤비는 관광객에게 방을 공유해주는 서비스입니다. 관광객은 인터넷 또는 어플을 통해 직접 방을 예약할 수 있습니다. 한국 역시 에어비앤비에 등록된 곳이 많습니다. 젊은 층의 니즈에 부합하여 에어비앤비 시장은 날이 갈수록 성장합니다.

❸ 핵심 키워드만 보고 말해보자

한국어와 베트남어 내용을 모두 숙지했다면 이번에는 키워드만 보고 말하는 연습을 해보세요.

- **dịch vụ chia sẻ phòng**
- **du khách : trực tiếp đặt phòng, Internet, ứng dụng**

17 할랄은 무엇인가요?

Halal là gì?

❶ 답안을 읽어보자

Em xin giới thiệu về Halal.

Halal có nghĩa là hợp pháp, và là những gì cho phép người Hồi giáo làm theo. Chứng nhận Halal xác nhận rằng sản phẩm này đạt tiêu chuẩn Halal nên có thế dùng. Còn những gì bất hợp pháp và không nên làm, được gọi là Haram. Do đó, khi đi du lịch nước ngoài, những người Hồi giáo cũng phải ăn những món ăn Halal, món ăn hợp pháp. Nên hiện nay Hàn Quốc ngày càng có nhiều quán ăn Halal để thu hút du khách Hồi giáo.

❷ 뜻을 살펴보자

할랄을 소개하겠습니다.

할랄은 합법이라는 뜻으로, 이슬람교 신도들이 따라할 수 있도록 허용해주는 것들입니다. 할랄 인증은 이 상품이 할랄 기준을 충족하여 사용할 수 있음을 확인해줍니다. 그리고 합법적이지 않아 하면 안 되는 것들은, 하람이라 불립니다. 그렇기 때문에 해외 여행을 갈 때, 이슬람교 신도들은 합법적인 음식인, 할랄 음식을 먹어야 합니다. 그래서 현재 한국도 이슬람교 관광객을 유치하기 위해 날이 갈수록 많은 할랄 음식점이 생기고 있습니다.

❸ 핵심 키워드만 보고 말해보자

한국어와 베트남어 내용을 모두 숙지했다면 이번에는 키워드만 보고 말하는 연습을 해보세요.

- Halal : hợp pháp, cho phép làm
(chứng nhận Halal → xác nhận sản phẩm này đạt tiêu chuẩn)
- Haram : bất hợp pháp
- người Hồi giáo → dùng quán ăn Halal

18 면세 쇼핑과 세금 환급에 대해 말해보세요.

> **Hãy cho biết về mua sắm miễn thuế và hoàn thuế.**

① 답안을 읽어보자

Hiện nay, ở Hàn Quốc có rất nhiều cửa hàng miễn thuế. Nhất là, ở khu Myeongdong. Du khách có thể được miễn thuế trực tiếp tại cửa hàng miễn thuế Lotte, Shinsegae, Shilla v.v.. Ngoài ra, có thể được hoàn thuế khi mua hàng ở các cửa hàng khu Myeongdong. Để được hoàn thuế, du khách phải nhận giấy chứng nhận hoàn thuế tại cửa hàng, rồi sau đó đăng ký hoàn thuế với giấy chứng nhận tại sân bay. Thỉnh thoảng, cũng có những nơi hoàn thuế ngay nếu khách hàng bảo đảm bằng thẻ Master hoặc là Visa.

② 뜻을 살펴보자

현재 한국에는 면세점이 굉장히 많이 있습니다. 특히, 명동에 말입니다. 관광객은 롯데, 신세계, 신라 면제점 등에서 직접 면세받을 수 있습니다. 그밖에 명동에 있는 가게에서 물건 구매 시 세금 환급을 받을 수 있습니다. 세금 환급을 받기 위해서 고객은 가게에서 세금 환급 증명서를 받아야 하며 그 후 공항에서 증명서와 함께 세금 환급 신청을 해야합니다. 가끔, 마스터카드 혹은 비자카드로 보증을 하면 즉시 세금 환급을 해주는 곳들이 있습니다.

③ 핵심 키워드만 보고 말해보자

한국어와 베트남어 내용을 모두 숙지했다면 이번에는 키워드만 보고 말하는 연습을 해보세요.

- được miễn thuế trực tiếp → cửa hàng miễn thuế Lotte, Shinsegae v.v.
- hoàn thuế
- nhận giấy chứng nhận hoàn thuế → đăng ký hoàn thuế ở sân bay
- hoàn thuế ngay → đảm bảo bằng thẻ Master hoặc là Visa

19 도심공항터미널(CALT)에 대해 알고 있나요?

Anh/Chị có biết ga sân bay đô thị không?

① 답안을 읽어보자

Ở Seoul có ga sân bay đô thị, và nơi đây giúp du khách làm thủ tục lên máy bay một cách dễ dàng mà không cần phải chờ đợi lâu ở sân bay.
Seoul có ba ga sân bay đô thị ở ga Seoul, COEX, Gwangmyeong.

② 뜻을 살펴보자

서울에는 도심공항터미널이 있고, 이는 공항에서 오래 기다릴 필요 없이 이곳에서 (관광객이) 쉽게 탑승 수속을 할 수 있도록 도와줍니다.
서울에는 서울, 코엑스, 광명에 세 개의 도심공항터미널이 있습니다.

③ 핵심 키워드만 보고 말해보자

한국어와 베트남어 내용을 모두 숙지했다면 이번에는 키워드만 보고 말하는 연습을 해보세요.

- ga sân bay đô thị
- làm thủ tục lên máy bay : gửi hành lý, check-in
- ba nơi : ga Seoul, COEX, Gwangmyeong

20 인천공항에 대해 말해보세요.

> **Hãy nói về sân bay quốc tế Incheon.**

1 답안을 읽어보자

Sân bay quốc tế Incheon là một trong sân bay tốt nhất thế giới, có nhiều dịch vụ đa dạng như nhà tắm, tiệm mát xa, trung tâm mua sắm, dịch vụ giữ đồ v.v.. Và gần đây sân bay Incheon mở cửa nhà ga số hai để các chuyến bay được vận hành thoải mái hơn, cung cấp dịch vụ đa dạng cho du khách hơn.

2 뜻을 살펴보자

인천국제공항은 세계에서 가장 좋은 공항 중 하나이며, 샤워실, 마사지 가게, 쇼핑 센터, 짐 보관소 등 다양한 서비스들이 있습니다. 그리고 최근에 인천공항은 제2터미널을 열어 비행편을 더욱 편리하게 운영하고 관광객에게 보다 다양한 서비스를 공급하고 있습니다.

3 핵심 키워드만 보고 말해보자

한국어와 베트남어 내용을 모두 숙지했다면 이번에는 키워드만 보고 말하는 연습을 해보세요.

một trong sân bay tốt nhất thế giới, có nhiều dịch vụ đa dạng, gần đây, mở cửa nhà ga số hai

21 시티투어 버스에 대해 말해보세요.

Hãy giới thiệu về 'xe buýt City Tour'.

① 답안을 읽어보자

Em xin giới thiệu xe buýt City Tour.
Xe buýt City Tour là dịch vụ đưa du khách tham quan những điểm du lịch trong thành phố bằng xe buýt, và du khách có thể trải nghiệm thành phố trong khoảng 1~2 tiếng, nên thích hợp cho những du khách không có nhiều thời gian. Xe buýt City Tour có nhiều trên thế giới như Hồng Kông, Mỹ, Hàn Quốc v.v.. Hàn Quốc cũng đang cung cấp dịch vụ này ở Seoul, Busan, Jeju v.v.. Và xe buýt City Tour có chuyến tham quan ban ngày và ban đêm.

② 뜻을 살펴보자

시티투어 버스에 대해 소개하겠습니다 .
시티투어 버스는 관광객을 모시고 도시 내 여행지들을 버스로 탐방하는 서비스이며, 관광객은 약 1~2시간 동안 도시를 체험할 수 있어, 시간이 많지 않은 관광객에게 적합합니다. 시티투어 버스는 홍콩, 미국, 한국 등과 같이 전세계에 많이 있습니다. 한국도 서울, 부산, 제주 등에서 이 서비스를 제공하고 있습니다. 그리고 시티투어 버스는 낮 투어와 야간 투어가 있습니다.

③ 핵심 키워드만 보고 말해보자

한국어와 베트남어 내용을 모두 숙지했다면 이번에는 키워드만 보고 말하는 연습을 해보세요.

- đưa du khách tham quan → điểm du lịch trong thành phố → xe buýt
- 1~2 tiếng, thích hợp cho du khách không có thời gian
- chuyến tham quan ban ngày, ban đêm

Track 156

Hãy cho biết về Korea Sale Festa.

1 답안을 읽어보자

Korea Sale Festa là lễ hội tiêu biểu của Hàn Quốc, diễn ra trong khoảng 1 tháng vào mùa thu. Đây là lễ hội mua sắm du lịch của Hàn Quốc, vào lúc này sẽ được ưu đãi mua hàng hấp dẫn và có nhiều chương trình dành cho du khách như lễ hội văn hóa làn sóng Hàn Quốc v.v.. Festa không chỉ có nghĩa là lễ hội mà còn có nghĩa là F-Festival lễ hội, E-Entertainment giải trí, S-Shopping mua sắm, T-Tour du lịch, A-Attraction điểm thu hút .

2 뜻을 살펴보자

코리아세일페스타는 한국의 대표적인 행사로, 가을에 약 1달 동안 진행됩니다. 이는 한국의 관광쇼핑축제로, 이때 파격적인 구매 혜택을 받을 수 있고 한류문화축제 등과 같은 관광객을 위한 프로그램이 많이 있습니다. Festa는 축제라는 뜻을 가질 뿐만 아니라 F-Festival 축제, E-Entertainment 예능, S-Shopping 쇼핑, T-Tour 여행, A-Attraction 어트랙션을 의미합니다.

3 핵심 키워드만 보고 말해보자

한국어와 베트남어 내용을 모두 숙지했다면 이번에는 키워드만 보고 말하는 연습을 해보세요.

- **khoảng 1 tháng, mùa thu**
- **lễ hội mua sắm du lịch → ưu đãi mua hàng, có nhiều chương trình**
- **FESTA (F-Festival- lễ hội), (E-Entertainment giải trí), (S-Shopping-mua sắm), (T-Tour du lịch), (A-Attraction điểm thu hút)**

23 관광두레란 무엇인가요?

> **Du lịch Dure là gì?**

1 답안을 읽어보자

Du lịch Dure là sự kết hợp của ngành du lịch với từ 'Dure', cộng đồng xã hội. Có nghĩa là cộng đồng du lịch mà người dân địa phương trực tiếp kinh doanh. Qua du lịch Dure, dân địa phương có thể trực tiếp tạo việc làm và tạo được lợi nhuận.

2 뜻을 살펴보자

관광두레란 관광산업에 공동체를 뜻하는 '두레'라는 단어를 결합한 것으로, 지역 주민이 스스로 만들어가는 관광사업 공동체를 말합니다. 이를 통해 지역주민들이 직접 일자리와 소득(이윤)을 창출할 수 있도록 합니다.

3 핵심 키워드만 보고 말해보자

한국어와 베트남어 내용을 모두 숙지했다면 이번에는 키워드만 보고 말하는 연습을 해보세요.

- **du lịch Dure**
- **người dân địa phương trực tiếp kinh doanh → tạo việc làm, tạo lợi nhuận**

Hãy nói về cảnh sát du lịch.

---

① 답안을 읽어보자

Cảnh sát du lịch giúp du khách nước ngoài giải quyết vấn đề xảy ra trong khi du lịch. Chúng ta có thể gặp cảnh sát du lịch ở điểm du lịch nổi tiếng như Myeongdong, Dongdaemun, Itaewon v.v.. Cảnh sát du lịch thường tuần tra điểm du lịch để ngăn hành động phạm pháp , giải quyết vấn đề, kiểm soát những việc bất hợp pháp liên quan đến du lịch. Họ có thể nói được tiếng nước ngoài đa dạng, và nhìn trên vai của họ thì có thể biết họ nói tiếng nước nào.

② 뜻을 살펴보자

관광경찰은 관광객을 도와 여행 도중 발생하는 문제들을 해결합니다. 우리는 명동, 동대문, 이태원 등과 같은 유명한 여행지에서 관광경찰을 만날 수 있습니다. 관광경찰은 보통 여행지를 순찰하며 불법행위를 막고, 문제를 해결하며, 관광 관련 불법적인 일들을 통제합니다. 그들은 다양한 외국어를 말할 수 있으며, 그들의 어깨를 보면 그들이 어느 나라 언어를 말할 수 있는지 알 수 있습니다.

③ 핵심 키워드만 보고 말해보자

한국어와 베트남어 내용을 모두 숙지했다면 이번에는 키워드만 보고 말하는 연습을 해보세요.

- **cảnh sát du lịch**
- **giải quyết vấn đề, tuần tra điểm du lịch, kiểm soát việc bất hợp pháp**
- **nói được tiếng nước ngoài**

25 비자와 여권의 어떻게 다른가요?

 Track 159

Thị thực visa và hộ chiếu khác nhau thế nào?

❶ 답안을 읽어보자

Hộ chiếu là chính phủ cấp cho nhân dân để có thể chứng minh thân phận và quốc tịch khi ra nước ngoài. Visa là dạng như giấy phép xuất nhập cảnh mà chính phủ nước ngoài cấp cho khách du lịch. Khi ở nước ngoài, khách du lịch có thể chứng minh thân phận của mình bằng hộ chiếu, và lưu trú tạm thời tại một quốc gia bằng visa.

❷ 뜻을 살펴보자

여권은 정부가 국민에게 발급하는 것으로 해외에 나갈 때 신분과 국적을 증명할 수 있도록 해줍니다. 비자는 외국 정부가 관광객에게 발급하는 출입국 허가입니다. 해외에 있을 때 관광객은 여권으로 자신의 신분을 증명할 수 있으며, 비자로 특정 국가에 임시 체류할 수 있습니다.

❸ 핵심 키워드만 보고 말해보자

한국어와 베트남어 내용을 모두 숙지했다면 이번에는 키워드만 보고 말하는 연습을 해보세요.

- hộ chiếu : nhà nước cấp cho nhân dân, chứng minh thân phận
- visa : chính phủ nước ngoài cấp cho khách du lịch, cho phép tạm thời lưu trú

26 'Go show'와 'no show'에 대해 말해보세요.

Hãy nói về 'go show' và 'no show'.

① 답안을 읽어보자

'Go show' là khách chưa đặt chỗ trước mà cứ ra sân bay để đăng ký đi vào một chuyến bay nào đó. Nếu còn chỗ thì cho khách lên máy bay. Còn 'no show' là khách đã đặt chỗ trước và có chỗ ngồi trên máy bay mà lại không đi chuyến bay đó.

② 뜻을 살펴보자

'Go show'는 고객이 사전 좌석 예약을 하지 않은 채 그냥 공항으로 나와 비행편을 신청하는 것입니다. 자리가 남으면 비행기를 타게 해줍니다. 그리고 'no show'는 고객이 사전 좌석 예약을 했고 기내 좌석이 있는데 그 비행편을 타지 않는 것을 말합니다.

③ 핵심 키워드만 보고 말해보자

한국어와 베트남어 내용을 모두 숙지했다면 이번에는 키워드만 보고 말하는 연습을 해보세요.

- go show : chưa đặt chỗ trước, ra sân bay đăng ký
- no show : đã đặt chỗ trước, không đi

Hãy cho biết ưu điểm và khuyết điểm của Option Tour.

❶ 답안을 읽어보자

Option Tour (tour du lịch chọn) là chương trình tour ngoài lịch trình có sẵn mà du khách có thể trả thêm phí để trải nghiệm. Ưu điểm của Option Tour là mọi người đều có sự lựa chọn và có thể trải nghiệm tour khác nhau theo nhu cầu. Khuyết điểm là phát sinh thêm chi phí, trách nhiệm về an toàn của khách v.v..

❷ 뜻을 살펴보자

옵션투어란 기본 관광 코스 외의 투어로 관광객들이 추가 비용을 지불하고 체험할 수 있습니다. 옵션투어의 장점은 관광객 모두에게 선택권이 있고, 니즈에 따라 서로 다른 투어를 체험할 수 있다는 것입니다. 옵션투어의 단점은 추가적인 비용 발생, 고객의 안전상의 책임 여부 등이 있습니다.

❸ 핵심 키워드만 보고 말해보자

한국어와 베트남어 내용을 모두 숙지했다면 이번에는 키워드만 보고 말하는 연습을 해보세요.

- **Option Tour(du lịch chọn)**
- **tour ngoài lịch trình có sẵn**
- **ưu điểm : trải nghiệm theo nhu cầu**
- **nhược điểm : chi phí, an toàn**

제6장

관광국사

01 한국의 역사를 간략하게 설명해주세요.

> **Hãy giải thích ngắn gọn về lịch sử Hàn Quốc.**

① 답안을 읽어보자

Em xin giới thiệu về lịch sử Hàn Quốc.

Vào năm 2333 trước Công Nguyên, nước Gojoseon được dựng trên bán đảo Hàn. Sau đó, các nước như Buyeo, Goguryeo, Okjeo, Dongye v.v. được dựng theo. Từ thế kỷ 4 đến 7, đã có 3 nước Goguryeo, Baekje và Silla. Silla đã thống nhất 3 nước. Vào thời thống nhất Silla, những người kế thừa Goguryeo đã dựng nước Balhae nhưng đã bị người Georan diệt vong. Nước thống nhất Silla cũng dần dần yếu đi và đã bắt đầu thời Hậu Tam Quốc. Và Wanggeon của nước Hậu Goguryeo đã thống nhất 3 nước và dựng nước Goryeo. Nhưng vào năm 1392, Lý Thái Tổ đã dựng nước Joseon và duy trì vương triều Joseon trong khoảng 500 năm.

② 뜻을 살펴보자

한국의 역사에 대해 소개하겠습니다.

기원전 2333년, 한반도에 고조선이라는 국가가 세워졌습니다. 그 후, 부여, 고구려, 옥저, 동예 등이 따라서 건국되었습니다. 4에서 7세기 경, 고구려, 백제, 신라 3국이 있었습니다. 신라가 삼국을 통일시켰습니다. 통일신라 때, 고구려를 계승한 사람들이 발해를 건국했지만 거란에 의해 멸망하였습니다. 통일신라도 점점 약해지고 후삼국 시대가 시작되었습니다. 그리고 후고구려국의 왕건이 삼국을 통일하여 고려를 세웠습니다. 하지만 1392년, 이태조가 조선을 세우고 약 500년 동안 조선왕조를 유지하였습니다.

③ 핵심 키워드만 보고 말해보자

한국어와 베트남어 내용을 모두 숙지했다면 이번에는 키워드만 보고 말하는 연습을 해보세요.

- Gojoseon(Buyeo, Goguryeo, Okjeo v.v.) → thống nhất Silla và Balhae
– Hậu Tam Quốc → nước Goryeo → Joseon

Track 163

Hãy cho biết thần thoại Dangun và thần thoại dựng nước.

❶ 답안을 읽어보자

Em xin giới thiệu về thần thoại Dangun.

Thần thoại Dangun là thần thoại dựng nước Gojoseon(quốc gia đầu tiên trên bán đảo Hàn).

Người ta truyền rằng, vị thần Hwanung đã xuống trần cùng với thần gió, thần mây và thần mưa để cai trị thế gian. Và một hôm nọ, có một con gấu và con hổ đã đến tìm Hwanung và cầu mong giúp họ thành người.

Ông đã nói "Nếu không nhìn mặt trời và ăn ngải và tỏi trong 100 ngày thì sẽ có thể trở thành người."

Nhưng chỉ có mình con gấu chịu đựng được và trở thành người. Và con gấu này đã kết hôn với thần Hwanung và đã sinh được con. Đây chính là Dangun, vị vua dựng Gojoseon. Từ đây chúng ta có thể biết được Gojoseon là xã hội nông nghiệp và có tín ngưỡng dân gian. Theo em biết, Việt Nam thì có sự tích vua Hùng.

❷ 뜻을 살펴보자

단군신화를 소개하겠습니다.

단군신화는 고조선(한반도 최초의 국가)의 건국 신화입니다.

신이였던 환웅이 바람, 구름, 비의 신과 함께 인간세상으로 내려와 세상을 다스렸다고 전해집니다. 그리고 어느 날, 호랑이 한 마리와 곰 한 마리가 환웅을 찾아와 그들이 인간이 될 수 있도록 도와달라고 빌었습니다.

그는 "만약 태양을 보지 않고 100일 동안 쑥과 마늘을 먹는다면 인간이 될 수 있단다"라고 하였습니다.

하지만 곰만 이를 견뎌냈고 인간이 되었습니다. 그리고 이 웅녀는 환웅과 결혼하여 아이를 낳았습니다. 바로 고조선을 세운 단군입니다. 여기에서 우리는 고조선이 농업사회이고 민간신앙이 있었음을 알 수 있습니다.

제가 아는 바에 따르면, 베트남은 홍왕신화가 있습니다.

❸ 핵심 키워드만 보고 말해보자

한국어와 베트남어 내용을 모두 숙지했다면 이번에는 키워드만 보고 말하는 연습을 해보세요.

- thần thoại dựng nước Gojoseon
- vị thần Hwanung, thần gió, mây, mưa → xuống trần → cai trị thế gian
- con hổ và con gấu muốn trở thành người → con gấu trở thành người → kết hôn với Hwanung
- sinh Dangun → xã hội nông nghiệp, tín ngưỡng dân gian

03 삼국시대에 대해 말해보세요.

🔊 Track 164

> **Hãy cho biết về thời Tam Quốc.**

① 답안을 읽어보자

Thời Tam Quốc là thời có ba nước Goguryeo, Baekje và Silla. Goguryeo được Jumong dựng vào năm 37 trước Công Nguyên. Vào thời vua Gwangaeto và Jangsu là lúc Goguryeo chiếm được nhiều lãnh thổ nhất. Baekje được vua Onjo dựng vào năm 18 trước Công Nguyên và thời hoàng kim là thời vua Geunchogo. Silla được Park Hyeokgeose xây dựng vào năm 57 trước Công Nguyên và thời hoàng kim là thời vua JinHeung. Vào thế kỷ 7, Silla đã thống nhất 3 nước và mở thời thống nhất Silla.

② 뜻을 살펴보자

삼국시대는 고구려, 백제, 신라 3국이 있던 시기입니다. 고구려는 기원전 37년에 주몽에 의해 세워졌습니다. 광개토대왕과 장수왕 때 고구려는 가장 많은 영토를 차지했습니다. 백제는 기원전 18년에, 온조에 의해 세워졌으며 전성기는 근초고왕 때입니다. 신라는 기원전 57년에, 박혁거세에 의해 세워졌으며 전성기는 진흥왕 때입니다. 7세기에, 신라가 삼국을 통일하고 통일신라시대를 열었습니다.

③ 핵심 키워드만 보고 말해보자

한국어와 베트남어 내용을 모두 숙지했다면 이번에는 키워드만 보고 말하는 연습을 해보세요.

- **Goguryeo : năm 37 trước Công Nguyên, Jumong**
- **Baekje : năm 18 trước Công Nguyên, vua Onjo**
- **Silla : năm 57 trước Công Nguyên, Park Hyeokgeose**

Hãy so sánh và cho biết về Gaya và Balhae.

① 답안을 읽어보자

Em xin giới thiệu Gaya và Balhae.
Gaya được dựng lên do những tiểu quốc nằm ở vùng sông Nakdong liên minh với nhau.
Ban đầu thì đã lấy Geumgwan Gaya làm trung tâm, nhưng sau này thì đã lấy Dae Gaya làm trung tâm. Còn Balhae là nước kế thừa Goguryeo, được dựng ở vùng núi Dongmo. Và vào thời hoàng kim được gọi là Haedongseongguk. Nước Gaya là quốc gia bộ tộc, còn Balhae là nước tập quyền Trung ương. Lãnh thổ Balhae rộng lớn và vương quyền cũng đã rất vững chắc so với Gaya.

② 뜻을 살펴보자

가야와 발해에 대해 소개하겠습니다.
가야는 낙동강 지역에 위치한 소국들이 서로 연합하여 건국하였습니다.
처음에는 금관가야를 중심으로 삼았는데, 이후에는 대가야를 중심으로 삼았습니다. 그리고 발해는 고구려를 계승한 국가로, 동모산 지역에 세워졌습니다. 그리고 전성기에 해동성국이라고 불리었습니다. 가야는 부족국가이고, 발해는 중앙집권국가였습니다. 발해의 영토는 드넓고 왕권 역시 가야에 비해 강하였습니다.

③ 핵심 키워드만 보고 말해보자

한국어와 베트남어 내용을 모두 숙지했다면 이번에는 키워드만 보고 말하는 연습을 해보세요.

- **Gaya : quốc gia bộ tộc, liên minh, vùng sông Nakdong**
- **Balhae : nước tập quyền Trung ương, kế thừa Goguryeo, vùng núi Dongmo**

05 서울을 왜 한성이라고 부르는가?

🔊 Track 166

> **Tại sao gọi Seoul là Hán Thành?**

❶ 답안을 읽어보자

Khi dựng nước Joseon, đã chọn Hán Dương làm thủ đô, nhưng sau khi xây nội thành trong Seoul, đã gọi Hán Dương là Hán Thành.

❷ 뜻을 살펴보자

조선을 건국할 때 한양을 수도로 삼았는데, 서울 내성을 다 짓고 난 후에, 한양을 한성이라 불렀습니다.

❸ 핵심 키워드만 보고 말해보자

한국어와 베트남어 내용을 모두 숙지했다면 이번에는 키워드만 보고 말하는 연습을 해보세요.

Joseon, chọn Hán Dương làm thủ đô, xây nội thành, Hán Thành

06 조선 시대 왕은 몇 명입니까?

> **Triều đại Joseon có mấy vị vua?**

❶ 답안을 읽어보자

Triều đại Joseon tổng cộng đã có 27 vị vua là: Taejo, Jeongjong, Taejong, Sejong, Munjong, Danjong, Saejo, Yejong, Seongjong, Yeonsangun, Jungjong, Injong, Myeongjong, Seonjo, Gwanghaegun, Injo, Hyojong, Hyeonjong, Sukjong, Gyeongjong, Yeongjo, Jeongjo, Sunjo, Heonjong, Cheoljong, Gojong, Sunjong.

❷ 뜻을 살펴보자

조선 시대 왕은 태조, 정종, 태종, 세종, 문종, 단종, 세조, 예종, 성종, 연산군, 중종, 인종, 명종, 선조, 광해군, 인조, 효종, 현종, 숙종, 경종, 영조, 정조, 순조, 헌종, 철종, 고종, 순종으로 총 27명의 왕이 있었습니다.

❸ 핵심 키워드만 보고 말해보자

한국어와 베트남어 내용을 모두 숙지했다면 이번에는 키워드만 보고 말하는 연습을 해보세요.

triều đại Joseon, 27 vị vua, Taejo, Jeongjong, Taejong, Sejong v.v.

07 세종대왕은 누구인가요?

Vua Sejong là ai?

❶ 답안을 읽어보자

Em xin giới thiệu vua Sejong.

Vua Sejong là vị vua thứ tư của triều đại Joseon, và được tôn kính là một trong những vị vua vĩ đại nhất của Hàn Quốc. Ông đã để lại nhiều thành tựu nổi bật trong các lĩnh vực đa dạng như khoa học, nghệ thuật, văn hóa v.v.. Một trong những thành tựu vĩ đại nhất của vua Sejong là làm ra bảng chữ cái vào năm 1443, với tên gọi là Huấn dân chính âm. Đây là hệ thống chữ viết vô cùng dễ học, hiệu quả và có tính khoa học. Vì yêu dân yêu nước, vua Sejong đã tạo ra bảng chữ cái này. Trong tờ 10 ngàn won của Hàn Quốc có vua Sejong, cho thấy lòng tôn kính và nhớ thương của người Hàn Quốc.

❷ 뜻을 살펴보자

세종대왕을 소개하겠습니다.

세종대왕은 조선의 4번째 왕이며, 한국의 가장 위대한 왕들 중 한 분으로 존경받고 있습니다. 그는 과학, 예술, 문화 등과 같은 다양한 영역에서 위대한 업적을 남겼습니다. 세종대왕의 가장 위대한 업적 중 하나가 바로 1443년 훈민정음이라는 글자를 만들어낸 것입니다. 이는 굉장히 익히기 쉽고 효과적이면서 과학적인 글자 체계입니다. 나라를 사랑하고 백성을 사랑하여 세종대왕은 이 글자를 창제하였습니다. 한국의 만 원짜리 지폐에 세종대왕이 있는데, 이는 한국 사람의 존경하는 마음과 그를 기리는 마음을 보여줍니다.

❸ 핵심 키워드만 보고 말해보자

한국어와 베트남어 내용을 모두 숙지했다면 이번에는 키워드만 보고 말하는 연습을 해보세요.

- vua vĩ đại nhất → nhiều thành tựu
- làm ra Hangeul (năm 1443) → Huấn dân chính âm, lòng yêu dân, yêu nước
- hệ thống chữ viết dễ học, hiệu quả, tính khoa học

⓪⑧ 이순신 장군에 대해 말해보세요.

 Track 169

Hãy cho biết về tướng quân Yi Sun-sin.

❶ 답안을 읽어보자

Em xin giới thiệu tướng quân Yi Sun-sin.

Ở Hàn Quốc có đường Chungmuro, ga Chungmuro, món cơm cuộn rong biển Chungmu gimbap và thành phố Tongyeong. Chungmu chính là tước hiệu của Tướng quân Yi Sun-sin. Tướng quân Yi Sun-sin đã đánh đuổi quân Nhật với Geobukseon(tàu rùa) vào thời chiến tranh Nhâm Thìn với Nhật Bản và cứu lấy Joseon. Ông đã đánh thắng 23 lần trong 23 lần trận chiến với Nhật. Trong đó, cuộc hải chiến Hansando, Myeongnyang và Noryang rất nổi tiếng. Trong trận Noryang, ông đã tử trận. Trước trận hải chiến Myeongnyang, ông đã nói "Tâu bệ hạ, vẫn còn 12 chiếc tàu với thần". Và tướng Yi Sun-sin thật sự đã đánh bại Nhật Bản chỉ với 12 chiếc tàu trong trận Myeongnyang.

❷ 뜻을 살펴보자

이순신 장군을 소개하겠습니다.

한국에는 충무로 길, 충무로 역, 충무김밥 그리고 통영시가 있습니다. 충무는 이순신 장군의 호입니다. 이순신 장군은 임진왜란 때 거북선으로 일본군을 물리치고 조선을 구했습니다. 그는 일본과의 23번의 전투에서 23번 승리하였습니다. 그중 한산도대첩, 명량대첩, 노량진대첩이 매우 유명합니다. 그리고 그는 노량해전에서 전사하였습니다. 명량해전 이전에 그는 "폐하, 신에게는 아직 12척의 배가 남아 있습니다"라고 말했습니다. 그리고 그는 명량해전에서 정말로 12척의 배로 일본군을 물리쳤습니다.

❸ 핵심 키워드만 보고 말해보자

한국어와 베트남어 내용을 모두 숙지했다면 이번에는 키워드만 보고 말하는 연습을 해보세요.

- **đánh đuổi quân Nhật với tàu rùa**
- **đánh thắng 23 lần → 23 trận chiến**
- **hải chiến Hansan, Myeongnyang, Noryang**

09 건청궁에서 발생한 사건은 무엇인가요?

Sự kiện xảy ra tại cung Geoncheong là gì?

1 답안을 읽어보자

Vào năm 1895, hoàng hậu Myeongseong, là vị hoàng hậu của vua Gojong đã bị Nhật Bản ám sát.
Sự kiện này cho thấy nếu quốc gia không có sức mạnh thì sẽ có việc bi thảm xảy ra.

2 뜻을 살펴보자

1895년, 고종의 왕비였던 명성황후는 일본에게 암살당합니다.
이 사건은 국가가 힘이 없으면 비참한 일이 발생할 수 있음을 보여줍니다.

3 핵심 키워드만 보고 말해보자

한국어와 베트남어 내용을 모두 숙지했다면 이번에는 키워드만 보고 말하는 연습을 해보세요.

năm 1895, hoàng hậu Myeongseong

10 대한제국이란 무엇인가?

Đế Quốc Đại Hàn là gì?

① 답안을 읽어보자

Đế Quốc Đại Hàn là quốc gia đã tồn tại từ ngày 12 tháng 10 năm 1897 đến ngày 29 tháng 8 năm 1910.
Vua Gojong đã làm lễ lên ngôi hoàng đế và đổi tên nước sang 'Đế Quốc Đại Hàn' nhằm tuyên bố nước Đại Hàn là quốc gia độc lập tự chủ.

② 뜻을 살펴보자

대한제국은 1897년 10월 12일부터 1910년 8월 29일까지 존재했던 국가입니다.
고종은 황제 즉위식을 거행하고 나라 이름을 '대한제국'으로 바꾸어, 자주독립국가인 대한제국을 선포하였습니다.

③ 핵심 키워드만 보고 말해보자

한국어와 베트남어 내용을 모두 숙지했다면 이번에는 키워드만 보고 말하는 연습을 해보세요.

vua Gojong, đổi tên nước, tuyên bố, độc lập tự chủ

3.1 운동이란 무엇인가요?

Phong trào 1 tháng 3 là gì?

① 답안을 읽어보자

Phong trào 1 tháng 3 là một cuộc cách mạng lớn đầu tiên của Hàn Quốc, đã nổi dậy vào ngày có lễ tang của vua Gojong, để kháng chiến chống Nhật. 33 đại biểu Hàn Quốc đã đọc bản Tuyên ngôn Độc lập và đã nổi dậy trên toàn quốc trong khoảng 3 tháng nhưng đã bị thất bại do sự đàn áp của Nhật. Nhưng cuộc phong trào này đã ảnh hưởng nhiều đến những cuộc phong trào khác sau này.

② 뜻을 살펴보자

3.1운동은 한국 최초의 대규모 운동으로, 일본군에 대항하고자 고종의 장례를 치르는 날에 일어났습니다. 한국의 대표 33인이 독립선언문을 읽고 약 3개월 동안 전국적으로 일어났으나 일본의 탄압으로 실패로 돌아갔습니다. 하지만 이 운동은 그 후 다른 운동에 많은 영향을 주었습니다.

③ 핵심 키워드만 보고 말해보자

한국어와 베트남어 내용을 모두 숙지했다면 이번에는 키워드만 보고 말하는 연습을 해보세요.

cuộc cách mạng lớn đầu tiên, kháng Nhật, lễ tang vua Gojong → thất bại → ảnh hưởng

> **Lý do chiến tranh Triều Tiên bùng nổ là gì?**

① 답안을 읽어보자

Sau khi Hàn Quốc giành được độc lập, với cớ giải trừ vũ trang quân Nhật, quân Liên Xô đã chiếm đóng ở miền Bắc, còn quân Mỹ đã chiếm đóng ở miền Nam. Và lịch sử chia cắt Nam Bắc Hàn đã được bắt đầu.

Vào 25 tháng 6 năm 1950, quân Bắc Hàn đã tấn công Nam Hàn và chiến tranh Triều Tiên đã kéo dài trong 3 năm. Và năm 1953, đã ký kết hiệp định ngừng chiến ở Bàn Môn Điếm. Và đã kéo dài trạng thái ngừng chiến cho đến ngày nay.

② 뜻을 살펴보자

한국이 독립을 쟁취한 후에, 일본 무장 해제를 빌미로 소련군이 북쪽에 주둔, 그리고 미국군이 남쪽에 주둔하였습니다. 그리고 남북한의 분단의 역사는 그렇게 시작되었습니다.

1950년 6월 25일, 북한군은 남한을 공격하였고 한국 전쟁은 3년 동안 이어졌습니다. 그리고 1953년, 판문점에서 휴전협정을 맺었습니다. 그리고 오늘날까지 휴전 상황을 이어왔습니다.

③ 핵심 키워드만 보고 말해보자

한국어와 베트남어 내용을 모두 숙지했다면 이번에는 키워드만 보고 말하는 연습을 해보세요.

- **독립 → 으로 cớ giải trừ vũ trang quân Nhật → Bắc(Liên Xô), Nam(Mỹ)**
- **25.6.1950 Bắc Hàn tấn công Nam Hàn(3 năm), Bàn Môn Điếm, hiệp định ngừng chiến**

④ 이것도 고민해보자

Q Kết quả của chiến tranh Triều Tiên ra sao?

한국 전쟁의 결과는 어떻게 되나요?

A **Tháng 7 năm 1953, Nam Bắc Hàn đã ký kết hiệp định ngừng chiến tại Bàn Môn Điếm. Và đã chọn khu vĩ tuyến đình chiến làm khu phi quân sự, mỗi bên 2 cây số để chống xung đột giữa Nam Bắc Hàn.**

1953년 7월, 남과 북은 판문점에서 휴전 협정을 맺었습니다. 그리고 휴전선을 정해 비무장지대로 하고, 각 2km로 하여 남북한의 충돌을 방지하였습니다.

13 한국어로 기록된 최초의 소설은 무엇인가요?

Tiểu thuyết đầu tiên được viết bằng tiếng Hàn là gì?

1 답안을 읽어보자

Tiểu thuyết đầu tiên được viết bằng tiếng Hàn là 'Honggildongjeon' do Heo Gyun viết.
Còn tiểu thuyết đầu tiên được viết bằng tiếng Hán là 'Huyền thoại Geum-o' do Kim Si Seup viết.

2 뜻을 살펴보자

한국어로 기록된 최초의 소설은 허균이 쓴 '홍길동전'입니다.
그리고 한자로 적은 최초의 소설은 김시습이 쓴 '금오신화'입니다.

3 핵심 키워드만 보고 말해보자

한국어와 베트남어 내용을 모두 숙지했다면 이번에는 키워드만 보고 말하는 연습을 해보세요.

- **tiểu thuyết đầu tiên, tiếng Hàn, Heo Gyun**
- **viết bằng tiếng Hán, Kim Si Seup**

14 한국의 대통령에 대해 말해줄 수 있나요?
지금까지 한국에는 몇 분의 대통령이 있었나요?

🔊 Track 175

> **Anh/Chị có thể nói về tổng thống Hàn Quốc không? Hàn Quốc có bao nhiêu vị tổng thống đến nay?**

1 답안을 읽어보자

Hàn Quốc có 12 vị tổng thống cho đến nay. Tổng thống đầu tiên của Hàn Quốc là ông Lee Seung Man. Sau đó là Yoon Bo Seon, Park Jeong Hee, Choi Kyu Ha, Jeon Du Hwan, No Tae Woo, Kim Yeong Sam, Kim Dae Jung, No Mu Hyun, Lee Myeong Park, Park Geun Hye. Và tổng thống hiện tại là Moon Jae In.

2 뜻을 살펴보자

한국은 오늘날까지 12명의 대통령이 있습니다. 한국의 첫 번째 대통령은 이승만입니다. 그 다음은 윤보선, 박정희, 최규하, 전두환, 노태우, 김영삼, 김대중, 노무현, 이명박, 박근혜입니다. 그리고 현재 우리나라 대통령은 문재인 대통령입니다.

3 핵심 키워드만 보고 말해보자

한국어와 베트남어 내용을 모두 숙지했다면 이번에는 키워드만 보고 말하는 연습을 해보세요.

12 vị tổng thống, tổng thống đầu tiên, tổng thống hiện tại

15 위안부 문제에 대해 어떻게 생각하나요?

> **Anh/Chị nghĩ thế nào về 'Ủy an phụ'?**

① 답안을 읽어보자

Ủy an phụ là những nạn nhân bị bắt làm nô lệ tình dục cho Nhật Bản vào thời thuộc địa. Đến nay vẫn chưa giải quyết được việc bồi thường, tiền bồi thường sau chiến tranh, và cũng chưa có lời nói xin lỗi chân thành của Nhật Bản đối với những nạn nhân, nên đã làm người dân Hàn Quốc rất tức giận. Nhật Bản cũng nên nhìn lại quá khứ của mình như nước Đức. Em nghĩ Hàn Quốc và Nhật Bản có thể cùng hợp tác và tìm ra cách giải quyết tốt nhất, chỉ là trước đó Nhật Bản phải chấp nhận việc này.

② 뜻을 살펴보자

위안부는 식민지 시대 때 일본의 성 노예로 강제로 끌려간 여성 피해자들을 말합니다. 전후 보상과 배상금 문제가 여전히 해결되지 않은 상태이고, 피해자를 향한 일본의 진실된 사과가 없어, 한국인들을 매우 화나게 하였습니다. 일본은 독일처럼 과거의 일들을 돌아볼 필요가 있습니다. 제 생각에 일본과 한국은 협력을 통해 제일 좋은 해결책을 찾을 수 있습니다, 다만 우선 일본이 이 문제를 받아들여야 합니다.

③ 핵심 키워드만 보고 말해보자

한국어와 베트남어 내용을 모두 숙지했다면 이번에는 키워드만 보고 말하는 연습을 해보세요.

- ủy an phụ(nô lệ tình dục cho Nhật Bản), chưa giải quyết được bồi thường, chưa có lời xin lỗi
- Nhật Bản phải chấp nhận vấn đề ủy an phụ